பி.சி. ஜோஷி
21ஆம் நூற்றாண்டுக்கான சோசலிச சிந்தனையாளர்

பி.சி. ஜோஷி

21ஆம் நூற்றாண்டுக்கான சோசலிச சிந்தனையாளர்

கார்க்கி சக்ரவர்த்தி

தமிழில்: ஜீவா

எதிர்
வெளியீடு

பி.சி. ஜோஷி
21ஆம் நூற்றாண்டுக்கான சோசலிச சிந்தனையாளர்
கார்க்கி சக்ரவர்த்தி
தமிழில்: ஜீவா

முதல் பதிப்பு: டிசம்பர் 2014
எதிர்வெளியீடு, 96, நியூ ஸ்கீம் ரோடு, பொள்ளாச்சி - 642002.
தொலைபேசி: 04259 - 226012, 98650 05084.
வடிவமைப்பு: ரவிந்திரன்

விலை: ₹ 90

P.C. Joshi - A Biography
Gargi Chakravartty
Translated by Jeeva

Copy Right: Ethir Veliyedu.
First Edition: December 2014

Published by Ethir Veliyedu, 96, New Scheme Road. Pollachi - 2.
Phone: 04259 - 226012, 98650 05084.
Email: ethirveliyedu@gmail.com
www.ethirveliyedu.in
Layout: Ravindran

Price: ₹ 90

All rights reserved. No part of this book may be reprinted or reproduced or utilised in any form or by any electronic, mechanical or other means, now known or hereafter invented, including photocoping and recording, or in any information storage or retrieval system, without permission in writing from the Publisher.

கார்க்கி சக்ரவர்த்தி எழுதிய இந்நூலின்
தமிழ் மொழியாக்கத்தை
எங்கள் பெற்றோர்
மேரி, வெங்கடாசலம்
அவர்களுக்கு சமர்ப்பிக்கிறோம்.

பி.சி. ஜோஷி
1907 - 1980

பொருளடக்கம்

பனிமலையில் உதித்த சூரியன்	11
மக்கள் தலைவர் ஜோஷி	29
ஜோஷியும், தேசிய இயக்கமும்	52
ஜோஷி சிறந்த மனிதாபிமான்	95

பொருளடக்கம்

பனிமலையில் உதித்த சூரியன்

பனி படர்ந்த இமயத்தின் மடியில் உள்ள அல்மோராவில் 1907 ஏப்ரல் 14 அன்று பி.சி. ஜோஷி பிறந்தார். தந்தை பண்டிட் ஹர்நந்தன் ஜோஷி. அந்தக்காலகட்டத்தில் இருந்த புகழ்மிக்க தலைமை ஆசிரியர்களில் ஒருவர். பின் மாவட்டக் கல்வியதிகாரியாக உயர்ந்தார். தாய் மாலதி, தேவி ஜோஷி சிறுவனாக இருந்த போதே காசநோயால் மரணமடைந்தார். தாயுடன் இருந்த தங்கையும் காசநோய்க்கு இரையானார். தந்தை காக்ரா நதியில் மூழ்கி இறந்தார். ஜோஷியின் இளம் வயது சோகத்தின் தொகுப்பானது.

தாயை இழந்த ஜோஷி, மாமா அத்தை ஆதரவுடன் வளர்ந்தார். பள்ளிச் சிறுவனாக இருந்த போதே காந்தியின் அலை ஜோஷியைத் தாக்கியது. அரசுப் பணியிலிருந்து விலகு, பள்ளி கல்லூரிகளைப் புறக்கணி, அந்நியப் பொருட்களை பகிஷ்கரி, வரியைச் செலுத்தாதே என்ற காந்தியின் அகிம்சை வழி எதிர்ப்பு போராட்டங்கள் மலைகளைக் கடந்தும், மக்களை எட்டியது.

பூர்ண சந்திர ஜோஷி காந்தியின் விடுதலைக் குரலால் ஈர்க்கப்பட்டார்.

1920ல் மெட்ரிக் பள்ளிப்படிப்பை முடித்த ஜோஷி விடுதலைப் போராட்ட ஒற்றுமைக்கு எதிராக இந்து முஸ்லீம் ஒற்றுமை சிதைக்கப்பட்டு வருவதைக் கண்டார். 1922ல் கல்லூரி நுழைவுத் தேர்வைத் தங்கப் பதக்கத்துடன் முடித்தார். சமஸ்கிருதத்தில் தங்கப்பதக்கம் பெற்ற அவர் அலகாபாத் கல்லூரிக்குப் பட்டப்படிப்பு பெறச்சென்றார். ஆங்கிலம், வரலாறு, பொருளாதாரம் இவற்றில் பட்டம் பெற்ற அவருக்கு ஐ.சி.எஸ் கனவும் இருந்தது. 1928ல் எம்.ஏ பட்டமும் பின் சட்டப்பட்டமும் பெற்றார்.

அலகாபாத் பல்கலைக்கழகத்தில் பல உன்னதமான பேராசிரியர்கள் உறவு அவரது வாழ்க்கைப் பாதையை மாற்றியது. சோசலிசக் கருத்துக் கொண்ட மோதிலால் நேரு, போன்றவர்களும், பழைமைவாத மதன்மோகன் மாயவியா போன்றோரும் கூடும் சங்கம பூமியாக இருந்தது அலகாபாத். ஜோஷி, மோதிலால் குழுவில் இணைந்து காதியுடுத்திய தேசியவாதியானார். நவஜவான் இயக்கத் தொண்டரானார்.

அலகாபாத் இளைஞர் லீக்கின் தலைவராக நேரு இருந்தபோது, ஜோஷி அதில் உறுப்பினரானார். ஆனந்தபவன் உறவு அவருக்குப் பல அறிவுஜீவிகளின் நட்பை வளர்த்தது. அப்போது நேரு குழப்பமுற்றவராகவும், எளிதில் நட்புகொள்ள முடியாதவராகவுமிருந்தார். பரூசிலசில் நடைபெற்ற காலனியாதிக்க எதிர்ப்பு மாநாடு, சோவியத் சுற்றுப்பயணம் ஆகியவற்றில் 1927ல் பங்கேற்ற பின்னரே, நேரு சமூக நோக்கமும் இளக்கமும் கொண்டவரானார். புரட்சிகரக் கருத்துக் கொண்டவராகத் தமது சோவியத் பயணம் பற்றிக் கட்டுரை எழுதினார். முழுமையான சுதந்திரமே தமது இலட்சியம் என்ற உறுதியுடன் அறிவித்த நேரு, விடுதலை பற்றி உறுதியான வடிவம் தராத காந்திஜியை விட இளம் ஜோஷியை அதிகம் ஈர்த்தார்.

ஆனால் 1928ல் நடைபெற்ற கல்கத்தா காங்கிரசில் நேரு, கமிட்டி முடிவை எதிர்த்துப் பேசாதது ஜோஷிக்குப் பெரும் ஏமாற்றமானது. மோதிலால் நேரு தலைமையில் நடந்த அந்த மாநாட்டில் பிரிட்டீஷ் அரசு முதலில் இந்தியாவுக்கு டொமினியன் தகுதியை ஓராண்டுக் காலத்தில் தருவதை ஏற்றுக்கொள்ள முடிவு செய்தனர். நேரு இதை எதிர்க்காததாலும், இந்து மகாசபாவின் முஸ்லீம் எதிர்ப்பு

நிலைபாட்டினாலும், முஸ்லீம்களின் நிலை பலவீனமாகி, தேசிய நீரோட்டத்திலிருந்து முஸ்லீம்கள் விலகிச்செல்ல வழிவகுத்தது. "நேருவின் மீதான உயர் நம்பிக்கை சரிந்தது. என் மனதிலிருந்து மட்டுமின்றி, இடதுசாரி எண்ணம் கொண்ட இளைஞர்கள் அனைவரின் மதிப்பிலிருந்தும் நேரு சரிய நேர்ந்தது." ஜோஷியின் இந்த ஏமாற்றமே அவரை கம்யூனிஸ்டுகள் பக்கம் தள்ளியது.

ஜோஷி, அசப் அலி எனும் தொழிலாளர் தலைவரை கல்கத்தாவில் சந்தித்தார். அவர் ஜோஷியின் சொந்த ஊரான அல்மோராவைச் சேர்ந்தார். அவரிடமிருந்து ஜோஷி ரஜ்னி பாமிதத்தின் "புதிய இந்தியா" (Modern India) எம்.என். ராயின் "இந்திய அரசியலின் எதிர்காலம்" (Future of Indian Politics) ஆகிய நூல்களைப் பெற்றார். எம்.என் ராய் மீது இளம் ஜோஷிக்குப் பெரும் மரியாதை இருந்தது. ரஜ்னி பாமிதத்தின் இந்தியா பற்றிய ஆய்வு அவரை மிகவும் ஈர்த்தது. அவரை ஜோஷி ஆசானாகவும், வழிகாட்டியாகவும் கொண்டார். தொழிலாளர் மாத இதழில் தத் எழுதிய மாதக் குறிப்பு, நாட்டு நடப்பைத் தெளிவாக உணர்த்துவதாக இருந்தது.

"ஒரு மாணவக் கம்யூனிஸ்டாக, இளைஞர் லீக்கைப் பல்வேறு கல்லூரிகளிலும், பல்கலைக்கழகங்களிலும் உருவாக்கி காங்கிரசில் இணைக்க ஓடிக்கொண்டிருப்பேன். இடதுசாரி, கம்யூனிஸ்ட் ஆதரவுப் புரட்சிகர அணியைப் பலம் பெறச்செய்வது எனது பணியானது. இந்தியக் கம்யூனிஸ்ட் கட்சி அப்போது விவசாயிகள் கட்சி எனும் பெயரில் செயல்பட்டுக் கொண்டிருந்தது. நான் கம்யூனிசப் பாதையில் பயணிக்கத் துவங்கினேன்" என்று தனது துவக்கத்தைக் கூறுகிறார் ஜோஷி.

மீரத் சதி வழக்கு

1920களில் இந்திய தேசிய இயக்கம் கடுமையான காலகட்டத்தைக் கடந்து கொண்டிருந்தது. காந்தியின் அகிம்சை வழிப்போராட்டம் மூலம் விடுதலை பெற்றுவிட முடியும் என்ற நம்பிக்கையற்றவர்களாக இளைஞர்கள் இருந்தனர். 1922ல் காந்திஜி ஒத்துழையாமை இயக்கத்தைத் திரும்பப்பெற்றது இளைஞர்களுக்குப் பெரும் ஏமாற்றமாக இருந்தது. இந்துக்களும், முஸ்லீம்களும் நாடு முழுதும் மோதிக்கொண்டனர். இருபுறமும் மதவாத சக்திகள்

வேற்றுமையைத் தூண்டிப் பகை வளர்த்து வளர்ச்சி பெற்று வந்தன. இந்த மோசமான சமூகச் சூழலில் பல படித்த இளைஞர்கள் மார்க்சியத்தின் பக்கம் திரும்பினர். 1927 சைமன் கமிஷன் வந்தது. அதில் பங்குபெற்றோர் அனைவரும் வெள்ளையராகவே இருந்தனர். ஏகாதிபத்திய எதிர்ப்பு அலை வீசியது. "சைமனே திரும்பிப்போ" எனும் முழக்கம் இந்தியா முழுவதும் எதிரொலித்தது. காங்கிரசின் செயல்பாடு மக்களின் நம்பிக்கைக்குரியதாக இல்லை. இடதுசாரி எண்ணம் எங்கும் வளர்ந்தது. தொழிலாளர், விவசாயிகள் அமைப்புகள் ஆங்காங்கே உருவாகின.

ஜோஷி, தொழிலாளர் விவசாயிகள் கட்சியில் உறுப்பினராகத் தீவிர அரசியலில் நுழைந்தார். 1928ல் நடைபெற்ற அக்கட்சியின் மீரத் மாநாட்டில் ஜோஷி உத்திரப்பிரதேசத்தின் துணைச் செயலரானார். இக்காலகட்டத்தில் எஸ்.ஜி. சர் தேசாய், ஆர்.டி. பரத்வாஜ் போன்ற கம்யூனிஸ்ட்டுத் தலைவர்களின் நட்பு ஜோஷிக்குக் கிடைத்தது. தொழிலாளர் விவசாயிகள் கட்சி சுதந்திரத்தை வென்றெடுக்கும் என்ற நம்பிக்கை வளர்ந்தது. கம்யூனிஸ்ட்டுகள், பிரிட்டீஷ் கம்யூனிஸ்ட் கட்சியின் தாக்கத்திற்கு உட்பட்டவர்களாக இருந்தனர். பிரிட்டீஷ் கம்யூனிஸ்ட் கட்சியின் சிந்தனை ஆதிக்கத்தில் வளர்ந்தது. ரஜ்னி பாமிதத், பிலிப் ஸ்பார்ட், பென் ப்ராட்லே போன்றவர்கள் ஜோஷியை மிகவும் கவர்ந்தவர்கள். ஸ்பார்ட், ப்ராடீலா போன்ற பிரிட்டீசார் மிக எளிமையான இந்திய வாழ்வு முறையை ஏற்றுக்கொண்டு அடித்தட்டு மக்களின் மேன்மைக்கு உழைத்தது ஜோஷியை மிகவும் ஈர்த்தது.

"அவர்கள் கம்யூனிஸ்ட்டு இயக்கத்தின் நெம்புகோலாகச் செயல்பட்டனர். சிதறிக்கிடந்த தோழர்களை இணைத்துப் புதிய கிளைகளைத் துவக்கினர். பொதுவான தேசியக் கொள்கையின் அடிப்படையில் ஒற்றுமை வளர்த்தனர். ப்ராட்லே ஒரு பொறியாளர். அவர் தனது எழுத்து பேச்சு வன்மையின் மூலம் தொழிலாளர்களை ஒன்றுபடுத்தி தலைமை பெறச்செய்தார். அமைப்பு ஒழுங்கு முறையற்ற இந்திய உழைக்கும் மக்களை ஒன்றுபடுத்தி, முறையான இயக்கமாக்கும் கடினமான பணிகளை அவர்கள் செய்தனர்" என்று ஜோஷி பாராட்டுகிறார்.

காந்திஜி பற்றியும், காங்கிரஸ் பற்றியும் அவர்கள் மாறுபட்ட விமர்சனம் வைத்திருந்தார்கள். இரயில்வே, ஐவுளி, சணல் ஆலைத் தொழிலாளர்கள், தொழிற்சங்க விழிப்புணர்வு பெற்றுத் திரண்டு கொண்டிருந்த காலமது.

1928ல் கல்கத்தாவில் நடைபெற்ற தொழிலாளர் வேலை நிறுத்தம் அவர்களின் வலிமையையும் ஒற்றுமையையும் உணர்த்துவதாக அமைந்தது. அரசியல் விழிப்புணர்வு பெற்ற தொழிலாளர்கள் பெருந்திரளாகக் காங்கிரஸ் மாநாட்டில் நுழைந்து, 'பூர்ண சுயராஜ்யம்' தீர்மானத்தை நிறைவேற்றினர். இது கம்யூனிஸ்டுகளின் வலிமையை உணர்த்துவதாக அமைந்தது.

தொழிற்சங்க வளர்ச்சியும், தொடர்ந்து நடைபெற்ற தொழிலாளர் போராட்டங்களும் பிரிட்டிஷ் ஆட்சியாளர்களுக்குப் பெரும் அதிர்ச்சியாக இருந்தது. ஜம்ஷட்பூர், பம்பாய், கல்கத்தா போன்ற நகரங்களில் நடைபெற்ற தொழிலாளர் வேலைநிறுத்தப் போராட்டங்கள், பிற பகுதிகளுக்கும் பரவியது கண்டு அரசு மிகவும் கவலை கொண்டது. பிரிட்டீஷ் கம்யூனிஸ்ட்டுத் தலைவர்கள் இந்தியத் தொழிலாளர்களைத் திரட்டிப் போராடுவதைத் தடுக்கப் பெரிதும் முயன்றது அரசு. அதற்காகவே பொதுமக்கள் பாதுகாப்புச்சட்டம் என்ற ஒன்றைக் கொண்டுவந்தது. 1929 வணிகக் குறை தீர்ப்புச்சட்டம் ஒன்றின் மூலம் வேலை நிறுத்தத்தைத் தடைசெய்தது. தொழிற்சங்கத் தலைவர்களை ஒடுக்கக் கொடிய வழிமுறைகளை அரசு கடைப்பிடித்தது. 1929 மார்ச் 20 அன்று 30 தொழிற்சங்கத் தலைவர்கள் கைது செய்யப்பட்டனர். பிரிட்டீஷ் கம்யூனிஸ்ட்டுகள் ப்ராட்லா, ஸ்பராட், ஹட்சின்சன் மற்றும் எஸ்.வி காட்டே, எஸ்.ஏ டாங்கே, எஸ்.எஸ். மிராஜ்கர், டாக்டர். ஜி. அதிகாரி, முசாபர் அகமது, தரணி கோசுவாமி, கோபன் சக்ரவர்த்தி, பி.சி. ஜோஷி ஆகியோர் கைதாகினர். 22 வயதான பி.சி ஜோஷி அக்கம்யூனிஸ்ட் குழுவில் மிக இளையவர். இவர்களின் விசாரணை மூன்று ஆண்டுகள் மீரட்டில் நடைபெற்றது. எனவே இவ்வழக்கை மீரட் சதி வழக்கு என்று அழைத்தனர்.

நீதிமன்றம் பிரச்சார மேடையாகாது

இந்த வழக்கு பிரிட்டீஷ் அரசுக்கு எதிரான விளைவையே உருவாக்கியது. கம்யூனிஸ்ட்டுகள் தங்களது திறமைமிக்க வாதத்தால் இந்தியா முழுவதுமுள்ள மக்களின் கவனத்தை ஈர்த்தனர். பத்திரிக்கைகள் அவற்றைப் பிரசுரித்தன. மக்கள் அனுதாபம் கம்யூனிஸ்ட்டுகள் பக்கம் கூடியது. மோதிலால் நேரு தலைமையில் காங்கிரஸ், மீரத் குற்றவாளிகளுக்காக வாதிட எட்டுப்பேர் கொண்ட வழக்கறிஞர் குழுவை

நியமித்தது. மகாத்மா காந்தி குற்றம் சாட்டப்பட்டோரை சிறையில் சந்திக்கச் சென்றார். தேசியத் தலைவர்களையும், கம்யூனிஸ்ட்டுகளையும் நெருங்கி வரச்செய்தது இவ்வழக்கு.

சிறை, மார்க்சியக் கல்வி மையமானது. ஜோஷி மார்க்சிய நூல்களைத் தீவிரமாகப் படித்தார். மார்க்சிய ஒளி அவரை வாழ்நாள் முழுவதும் வழிநடத்தச் சிறையே வழிவகுத்தது. பின்னரே ஜோஷி கம்யூனிஸ்ட்டு கட்சி உறுப்பினரானார்.

"எங்களுக்காகப் புகழ்பெற்ற வழக்கறிஞர்கள் வாதாடினர். அவர்கள் மார்க்சியம் தெரிந்தவர்கள் அல்ல. நானே அவர்களுக்கு எங்கள் கொள்கை, தொழிற்சங்கம், விவசாய சங்கம், அவற்றின் செயல்பாடுகள் பற்றியெல்லாம் விவரித்தேன். அதன் மூலம் அவர்கள் தெளிவாக எங்களுக்காக வாதிட முடிந்தது. வெறும் சட்டப்பிரச்சனையாக அன்றி சமூக அரசியல் கல்வியாக அது அமைந்தது. எங்களுக்காக காங்கிரஸ் அமைத்த குழுவில் மோதிலால் நேரு தலைவராகவும், எம்.சி. சாக்னா, திவான் சமன்லால், டாக்டர் கே.என். கிட்ஜூ, ஷியம் குமாரி, நேரு ஆகியோர் பல்வேறு நீதிமன்றங்களில் எமக்காக வாதாடினர். இதன் மூலம் மார்க்சிய இலெனினியத்தை இந்தியத் தேவைக்கு ஏற்பப் பயன்படுத்துவதன் தேவையை நான் உணர்ந்தேன். மேலும் வழக்குமன்றத்தை மார்க்சியப் பிரச்சார மேடையாகவும் பயன்படுத்தக் கற்றேன்.

நாள்தோறும் நடக்கும் வழக்கு வாதத்தை பத்திரிகையாளர் களுக்கு எழுதித்தரும் பொறுப்பும் எனக்கு இருந்தது. கொள்கைத் தெளிவற்ற அவர்களுக்கு எனது பணி மிகவும் உதவிகரமாக இருந்தது. மீரத் சதி வழக்கு ஓர் அரசியல் பிரச்சார மேடையானது. அப்போது நடந்து கொண்டிருந்த பகத்சிங் தோழர்களின் லாகூர் சதி வழக்கும் ஓர் அரசியல் பிரச்சாரமாக, மார்க்சியம் பரவ உதவியது" என்று ஜோஷி பதிவு செய்துள்ளார்.

நான் ஜாதியற்றவன்

ஜோஷி தயாரித்த வழக்கு ஆதரவுக் குறிப்பு 65 பக்கங்கள் கொண்ட அற்புத அரசியல் சாசனம் எனலாம்.

"எனது பெயர் பூர்ண சந்த் ஜோஷி. எனது தந்தை பெயர் பண்டிட் ஹர் நந்தன் ஜோஷி. நான் ஜாதியற்றவன். வயது 24. ஒரு மாணவன். எனது ஊர் அல்மோரா. காவல் நிலையம்—

அல்மோரா மாவட்டம். அல்மோராவில் வசிக்கிறேன்” என்று தனது வாதத்தைத் துவக்கினார்.

“பிரிட்டீஷ் கம்யூனிசம் என்ற பெயரிலும், இந்த வழக்கின் தீர்ப்பின் அடிப்படையில் எல்லாப் போராட்டங்களையும், தேச விடுதலைக்கான அனைத்து அமைப்புகளையும் சட்டவிரோதமானது எனப் பிரகடனப்படுத்த பிரிட்டீஷ் ஏகாதிபத்தியம் விரும்புகிறது. இந்த மீரட் சதி வழக்கு, பிரிட்டீஷ் அரசின் இத மோசமான சதிகார எதிர்ப்புரட்சிக்கான பிரச்சாரமே” என்று ஜோஷி குறிப்பிட்டார்.

பிரிட்டீஷ் அரசின் கீழ்மையான எதேச்சாதிகாரச் சதிகளை அம்பலப்படுத்தி ஜோஷி தனது வாதத்தை முடித்தார். அது அவரை ஓர் உன்னத அரசியல் தலைவராக அடையாளம் காட்டியது.

“பிரிட்டீஷ் ஏகாதிபத்தியம், சீரழிந்த இந்திய நிலப்பிரபுத்துவத்தையும், ஊழல் மலிந்த முதலாளித்துவத்தையும் பாதுகாக்க முயல்வதன் மூலம் வரலாறு காணாத வறுமையையும், இணை கூற முடியாத அடிமைத்தனத்தையும் இந்திய மக்கள் மீது சுமத்த முயல்கிறது. இந்திய மக்களின் நலவாழ்வு என்பது இந்தக் கேடுகெட்ட முதலாளித்துவ நிலப்பிரபுத்துவ, ஏகாதிபத்திய ஆதிக்கத்தை ஒழிப்பதன் மூலமே அமைக்கமுடியும். இந்தச் சகிக்க முடியாத, சமூக அமைப்பை எதிர்த்து ஒழிக்க முயலும் காரணத்தால் புரட்சிக்காரர்களான நாங்கள் சிறையிடப்பட்டுள்ளோம். சில புரட்சியாளர்களை ஒடுக்குவதன் மூலம் தேசியப்புரட்சியை யாரும் தள்ளிப்போட முடியாது. புரட்சி என்பது தவிர்க்க முடியாத சமூகத்தேவை. பிரிட்டீஷ் ஏகாதிபத்தியத்தை வெளியேற்றும் வரலாறுதான் தேசியப்புரட்சி. அப்போது இந்திய மக்களின் வார்த்தைகள் பேசாது, துப்பாக்கிக் குண்டுகளே பேசும்.

எம்மீது சாட்டப்பட்ட குற்றச்சாட்டுகள் ஓர் அர்த்தமற்ற பொய்த்திரட்டே தவிர, கவனத்தில் கொள்ளவேண்டிய முக்கியத்துவமற்றது. எனினும் இவ்வழக்கை நாங்கள் முழுமனதுடன் எதிர்கொள்கிறோம். இது எங்களுக்கு எதிரான வழக்கு அல்ல. மக்களின் தீர்ப்புக்காக பிரிட்டீஷ் ஏகாதிபத்தியம் குற்றம் சாட்டப்பட்டு நிறுத்தப்பட்டுள்ள வழக்கே. நாங்கள் குற்றம் சாட்டப்பட்டவர்களல்ல. நீதி சொல்ல வேண்டியவர்கள். எங்களுக்கு வழங்கப்படும் இறுதித் தீர்ப்பு இந்த நாட்டைப் புரட்சி நோக்கி முன்னேறச்செய்யும் என்பதில் எமக்குச் சிறிதும் ஐயமில்லை. எதிர்த்தரப்பு

வழக்கறிஞர் மித்ரா என் உரையை மறுத்துக் குறுக்கிடுறார். இறுதித் தீர்ப்பின் அந்தச் சிவப்பு நாளில் அவர் சிரிக்கமுடியாது. நிச்சயம் கண்ணீர் சிந்துவார் என்பது உறுதி. திரு. கெம்ப் உணர வேண்டும். நாங்கள் வார்த்தை ஜாலப் போலிகளல்ல. நாங்கள் புரட்சியாளர்கள்" என்று ஜோஷி முழங்கிய வார்த்தைகள் சமூகப் போராளிகளுக்கு என்றும் உணர்வூட்டுவதாகும்.

பிரிட்டீஷ் காலனியாட்சியின் சுரண்டலை அம்பலப்படுத்திய அவர் இந்தியாவின் வறுமைக்கும், அடிமைத்தனத்திற்குமான காரணங்களை நீதிமன்றத்தில் ஆய்வு செய்தார். அது 1928ல் நடைபெற்ற கம்யூனிஸ்ட்டு அகிலத்தின் ஆறாவது உலக மாநாட்டில் ஓட்டோ கூசினினும் முன்வைத்த அறிக்கையை ஒத்ததாக இருந்தது. இதன்படி இந்தியக் கம்யூனிஸ்டுகள், காந்தியின் போராட்ட முறை விடுதலைக்கு உதவாத எதிர்ப்புரட்சி என்றது.

"தொழிலாளர், விவசாயிகள் கட்சி ஒரு குட்டி பூர்ஷ்வா அமைப்பு. அது தொழிலாளர், விவசாயிகள் இயக்க வளர்ச்சிக்கு உதவாது. எனவே ஒரு மைய அரசியல் கட்சி அவசியம். கம்யூனிஸ்ட்டு கட்சி அதற்கான திட்ட அறிக்கையைத் தயாரிக்கவேண்டும். பூர்ஷ்வா ஜனநாயகச் செயல்பாடு அவசியம். பொது வேலைநிறுத்தம் முக்கிய இலட்சியம். ஆயுதப்புரட்சிக்கான அறைகூவல், சோவியத் புரட்சி மாதிரியிலான கிராமப்புறப் புரட்சி மூலம் ஏகாதிபத்தியத்தை தூக்கி வீசவேண்டும். தொழிலாளி வர்க்க, விவசாயிகள் புரட்சிகர சர்வாதிகாரம் எழ வேண்டும்."

ஹிரேன் முகர்ஜி, ஜோஷியை 'இளம் அதிசயம்' என வியக்கிறார். "கல்வி ஞானம் மிக்க அவர் எத்தனையோ எளிய இலாபகரமான பாதையில் தனது வாழ்வைச் சுகமாக்கிக் கொண்டிருக்கலாம். ஆனால் கடினமான புரட்சியின் பாதையில் அவர் நடக்கத் துவங்கினார். மீரட் சதி வழக்கின் மிக இளைய போராளி அவர். பிரிட்டீஷ் நீதிபதியையும் வியக்கச் செய்த அற்புத ஆங்கில மொழியறிவு மிக்கவர். சிறை வாழ்வு தந்த ஞானமும், சிறைத் தோழர்களாக இருந்த சமூக அறிஞர்களின் உறவு, இந்தியச் சூழல், ஏகாதிபத்திய ஒழிப்பு, ஆர்வம் ஆகியன அவரைச் சிறையில் செதுக்கி முழுமையாக்கின" என்று ஹிரேன் முகர்ஜி பாராட்டி எழுதுகிறார்.

சிறைவாழ்வு ஜோசிக்கு மூன்று முக்கிய மதிப்பீடுகளை வழங்கியது. முதலாவதாக ஜோஷி ஒரு சிறந்த உரை

வடிவமைப்பாளர். சட்டக் குறிப்பு எழுதுவது, வேண்டுகோள் வடிவமைப்பது ஆகியவற்றில் அற்புத ஆற்றல் பெற்றவர். இரண்டாவதாக அவரது எளிமை, தன்னலமற்ற சேவை, ஒற்றுமை வளர்ப்பு எனும் அருங்குணங்கள் அனைவரையும் ஈர்த்தது. மூன்றாவதாக சிறையிலும் கட்டுப்பாடும் ஒழுங்கும் மிக்கவராக இருந்தார். சிறைக்கூடத்தையும் அழகிய பூங்கா வனமாக்கினார்.

தொழிலாளி வர்க்கத்துடன் நான்

1933ல் அவர் சிறையிலிருந்து விடுவிக்கப்பட்ட பின் உத்திரப்பிரதேசத்தில் கட்சி அமைப்பாளர் பொறுப்பேற்றார். தொழில் நகரமான கான்பூர் அவரது மையமானது. "நான் தொழிலாளி வர்க்கத்துடன் ஐக்கியமானேன். இளமையின் ஆர்வம் காரணமாக முயிர் ஆலை வேலை நிறுத்தத்தில் கைது செய்யப்பட்டேன். இரண்டாண்டுகள் சிறைதண்டனை வழங்கப்பட்டபோதும், சிறைப்பணிகளை ஒழுங்காகச் செய்த காரணத்தால் ஆறுமாதகால தண்டனைக் குறைப்பு பெற்றேன்" என்று தனது கான்பூர் அனுபவத்தைக் கூறுகிறார்.

இலண்டன் வட்டமேஜை மாநாடு ஒரு தோல்வியானது. காந்திஜி ஒத்துழையாமை இயக்கத்திற்கு அறைகூவல் விட்டார். காங்கிரஸ் கட்சி சட்டவிரோதமானதென அறிவிக்கப்பட்டது. அரசு கடுமையான அடக்குமுறையை ஏவிவிட்டது. கம்யூனிஸ்ட்டுகள், காந்தியின் ஒத்துழையாமை இயக்கத்தின் முக்கியத்துவத்தை உணரத்தவறினர். சுதந்திரப் போராட்டத்தின் மையத்திலிருந்து விலகித் தனிமைப்பட்டனர். கடந்த காலத் தியாகங்களின் விளைவாகக் கம்யூனிஸ்ட்டுகள் பெற்றிருந்த மதிப்புக் கரைவதை ஜோஷி துயரத்துடன் கண்டு ஏற்க வேண்டியானது. மீரட் வழக்கு காரணமாக உண்டான வெற்றிடத்தை பி.டி. ரணதிவேவும், தேஷ்பாண்டேவும் நிறைத்தனர். அவர்கள் கோமிண்டனின் வழிகாட்டுதலின்படியே செயல்பட்டனர். அவர்கள் வலிமை பெற்றிருந்த இந்திய தேசிய பூர்ஷ்வா தலைவர்களை நிராகரித்ததோடு, விடுதலைப் போராட்டத்தையே கைக்கழுவினர்; ஒத்துழையாமை இயக்கத்தைப் புறக்கணித்தனர். இதை ஜோஷி "சிறுபிள்ளைத் தனமான இந்த வரலாற்றுத் தவறுதான் கட்சிப் பிளவின் துவக்கப்பள்ளி. 1931ல் ரணதிவேவும் தேஷ்பாண்டேவும் போட்டி போட்டுக்கொண்டு இடதுசாரி எல்லை நோக்கி ஓடினர்" என்று எழுதினார்.

முளைவிடும் பருவத்திலிருந்தே கம்யூனிஸ்ட்டு கட்சி, தனது கட்சி அமைப்புகள் இல்லாத இடங்களில் அமைப்புகளை ஏற்படுத்துவது பற்றியே அக்கறை கொண்டிருந்தது. ஆறாவது சர்வதேச கம்யூனிஸ்ட் அரசியல் நிலைபாட்டின் திறன், வாய்ப்புப் பற்றியெல்லாம் கவலைப்படவில்லை. சிறையிலிருந்த தோழர்கள் வெளியிலிருந்த கட்சித் தோழர்களுக்குத் தமது கருத்தைத் தெரிவித்தனர். அவர்களின் அரசியல் நிலைபாடு நடைமுறைக்கு உகந்ததாக இல்லை. இத்தகைய புரட்சி வெள்ளம், கட்சித் தோழர்களிடமிருந்தும் மக்களிடமிருந்தும் நம்மை விலகிச்செல்லச் செய்துவிடும் என எச்சரித்தனர். எனினும் கட்சிக்குக் கட்டுப்பட்ட அவர்கள், அடிப்படைத் தவறை எதிர்க்க இயலாது போனது.

தவறு தவறுதான்

"கூட்டு அறிக்கையில் நாங்கள் மீரட் நீதிபதியின் முன் எடுத்த முடிவு முற்றிலும் ஆறாவது காங்கிரசின் பாதையை ஒட்டியதே. அது குட்டி பூர்ஷ்வா புரட்சிகரத் தன்மை கொண்ட நல்ல அறிக்கையே தவிர, மார்க்சிய இலெனினியத்தை ஆக்கப்பூர்வமாக இந்தியச் சூழலுக்கு ஏற்ப அமைத்தது அல்ல" என்று எழுதினார். ஒத்துழையாமை இயக்கத்தில் கம்யூனிஸ்ட்டு கட்சி தன்னை இணைத்துக் கொள்ளாத நிலைபாடு, ஜோஷிக்கு மகிழ்ச்சி தருவதாக இல்லை.

பாசிசத்தின் வளர்ச்சியும், பிரிட்டன், பிரான்சு, அமெரிக்காவின் கூட்டணியும், ஜெர்மனி, இத்தாலி, ஜப்பானின் அச்சுக்கூட்டும் பிளவுபட்டதால் உலகம் போரில் தள்ளப்பட்டது. இதைத் தாகூர், நாகரிகத்தின் நெருக்கடி என்று குறிப்பிட்டார். பாசிசத்தின் அபாயத்தை உணர்ந்த சர்வதேசக் கம்யூனிஸ்ட்டு இயக்கம், உலகமக்கள் ஏகாதிபத்திய எதிர்ப்பு தேசிய அணியின் பக்கம் இந்தியா, சீனா போன்ற காலனியாதிக்கத்தின் கீழிருந்த நாடுகள் மக்கள் முன்னணி அமைத்து ஆதரிக்க வேண்டுமென்றது. 1935ல் கூடிய ஏழாவது சர்வதேச கம்யூனிஸ்ட்டு அகிலம் ஒன்றுபட்ட முன்னணி என்ற கொள்கையை முன்வைத்தது. சர்வதேச கம்யூனிஸ்ட்டு இயக்கம், காங்கிரஸ் கட்சியை ஏகாதிபத்திய எதிர்ப்பு தேசிய சக்தி என்று அறிவித்தது.

1935—ல் கூடிய ஏழாவது கம்யூனிஸ்ட் அகிலம் கம்யூனிஸ்ட்டு வரலாற்றின் ஒரு திருப்புமுனையாகும்.

பிரிட்டிஷ் கம்யூனிஸ்ட்டு கட்சியின் பெண் ப்ராட்லே இந்தியாவின் சார்பாகப் பேசினார். இவர் மீரட் சதி வழக்கில் சிறை சென்றவர்,

“இளம் இந்தியக் கம்யூனிஸ்ட்டு கட்சி, தேசிய சீர்த்திருத்தக் கொள்கையின் பொய்மையை வெளிப்படுத்தியது. மக்களிடம் ஏகாதிபத்திய எதிர்ப்பு, நிலப்பிரபுத்துவ எதிர்ப்புப் புரட்சி என்ற கோஷத்தை முழக்கியது. எனினும் தேசிய சீர்திருத்தவாதிகளின் இந்திய மக்கள் மீதான ஈடுபாட்டைச் சிறிதும் குறைக்க முடியவில்லை. அது தனது போராட்டங்களுக்குப் பெருவாரி மக்களை ஈர்த்தது. தேசியக் காங்கிரசின் மீது மக்கள் ஆதரவு பெருகுவதைச் சிறிதும் குறைக்க முடியவில்லை.

இதனால்தான் மக்கள் காந்திஜியின் தலைமையின் மீது அதிருப்தியைக் காட்டினாலும், காங்கிரசிடமிருந்து விலகிச் செல்லவில்லை. தேசிய பூர்ஷவாக்களும், தாராள மனம்கொண்ட நிலப்பிரபுக்களும் முன்னிலை வகித்த காங்கிரஸ் கட்சியை, இந்திய மக்களின் பிரநிதித்துவக் கட்சியாகவும், ஏகாதிபத்திய எதிர்ப்பு இயக்கமாகவும் மக்கள் பார்த்தனர்.

ரஜ்னிபாமிதத், பென்ப்ராட்லேனின் கூட்டு முன்னணிக் கொள்கை இந்தியக் கம்யூனிஸ்ட்டுக்கு இதுவரை சீர்த்திருத்த இயக்கங்கள் என்று விமர்சித்த அமைப்புகளுடன் இணைந்து செயல்படுவதில் பெரும் தயக்கம் இருந்தது. ஆனால் ஐரோப்பாவில் பாசிச சக்திகள் பெற்று வந்த வெற்றிகள், இந்த மாற்றத்தைத் தவிர்க்க முடியாத தேவையாக்கியது. இந்தப் புதிய பாதையை ஏற்கத்தக்க வழியில் விளக்கும் கடினமான பணியை ஜோஷி மேற்கொண்டார்.

ஒரு சிறு குழுவினர் இந்தப் புதிய பாதைக்குக் கடுமையாக எதிராக இருந்தனர். எனினும் பெரும்பான்மை கம்யூனிஸ்டுகள் காங்கிரஸ் வர்க்க நலனுக்கு உகந்த வழியில் இப்போதும் எப்போதும் செயல்படாது என்று உறுதியுடன் நம்பினர். காங்கிரசில் வலதுசாரிப் பழமைவாதிகள் சற்று வலிமை வாய்ந்தவர்களாக வணிக முதலாளிகள் நலனுக்கானவர்களாகவே இருந்தனர்.

அதிகாரி செயலாளரானார்

ஆனால் ஏழாவது காங்கிரசிற்கு முன், மீரட் வழக்கில்

சிறை சென்றோர் விடுதலை பெற்று, வளர்ந்து வந்த தீவிரவாத அடாவடிப் போக்கை எதிர்த்து வலிமை பெற முயன்றனர். தொழிற்சங்க ஒற்றுமை, இடதுசாரி தேசியவாத சக்திகளுடன் ஏகாதிபத்திய எதிர்ப்பு எனும் வழியைச் செம்மைப்படுத்த முயன்றனர். ஏகாதிபத்திய எதிர்ப்பு அணி வலிமை பெற டாக்டர் அதிகாரி கம்யூனிஸ்ட்டு கட்சியின் பொதுச் செயலாளரானார். ஆனால் பிரிட்டீஷ் அரசு ஐவுளித் தொழிலாளரின் அகில இந்திய வேலை நிறுத்தத்திற்குத் திட்டமிட்டு வந்த கம்யூனிஸ்ட்டுகள் அனைவரையும் சுற்றி வளைத்துக் கைது செய்தது.

28 வயதே ஆன ஜோஷி கம்யூனிஸ்ட் கட்சியைப் பாதுகாக்கும் பொறுப்பை ஏற்றார். தீவிரவாத அடாவடித்தனமும், குழு மனப்பான்மை பிரிவினையும் கட்சியை உலுக்கிக் கொண்டிருந்தது. இந்த வேற்றுமைகளை வென்று ஏகாதிபத்திய எதிர்ப்பு என்னும் முழக்கத்தில் கம்யூனிஸ்ட்டுகளையும், தேசிய சக்திகளையும் ஒன்றுபடச்செய்யும் முயற்சிக்கான பொறுப்பு அவரிடம் கொடுக்கப்பட்டது. நாடு முழுவதும் தனித்தனியே செயல்பட்டுக் கொண்டிருந்த தலைவர்களைச் சந்திக்க அவர் முயற்சி மேற்கொண்டிருந்தார். ஜோஷியின் மகத்தான பணியை உணர்ந்த ரஜ்னி பாமிதத்து இந்த இளைஞருக்கு முக்கியமான பொறுப்புகள் தரப்பட வேண்டுமெனக் கருதினார். இதன் விளைவாக ஜோஷிக்கு அகில இந்திய கம்யூனிஸ்ட்டு கட்சியை உருவாக்கும் பொறுப்பு கொடுக்கப்பட்டது. “எனக்கு மிக இளம் வயதில் கொடுக்கப்பட்ட இப்பெரும் பொறுப்பு கட்சிக்கும் எனக்கும் இழப்பாகவே முடிந்தது” என்று வருத்தப்பட்டார்.

ஜோஷி அறிவிக்கப்படாத பொதுச் செயலாளராகப் பணியாற்ற நேர்ந்தது. குழுக்களாகச் சிதறிக் கிடந்தவர்களை ஒன்றுபடுத்தி, பலம் வாய்ந்த அகில இந்தியக் கட்சியை உருவாக்கும் பொறுப்பை அஜாய் கோஷ், ஆர்.டி. பரத்வாஜ் ஆகியோருடன் கூடி மேற்கொள்ள நேர்ந்தது. கட்சி தடை செய்யப்பட்டுத் தலைமறைவாகவே பணியாற்ற வேண்டிய கடினமான சூழல் அது. பிரசுரங்கள், கையேடுகள் வெளியிடுவதன் மூலம் சிதறிக்கிடக்கும் குழுக்களை ஒன்றுபடுத்த ஜோஷி முயன்றார். கட்டாரே போன்ற கட்சியின் செயல்வீரர்கள் மூலம் மைகைல் கரிட் (கல்கத்தாவில் ஐசிஎஸ் அதிகாரியாக இருந்தவர்) மைகைல் ஸ்காட் போன்றோருடனான சந்திப்புக்கு *1934*—ல் ஏற்பாடு செய்தார். *1936* ஜுனில் சூரத் மாநாட்டில் ஜோஷி கட்சியின் பொதுச் செயலாளராகத் தேர்ந்தெடுக்கப்பட்டார். *1948* வரை

அப்பதவியில் தொடர்ந்தார். கட்சியின் தலைமையகம் கல்கத்தாவில் துவங்கப்பட்டது. அஜாய் கோஷ் மேற்குப் பகுதியையும், பரத்வாஜ் வடக்குப் பகுதியையும், எஸ்.வி. காட்டே தென்னிந்தியாவையும் டாக்டர் அதிகாரி மத்திய இந்தியாவையும் ஒருங்கிணைக்கும் பொறுப்பு ஒப்படைக்கப்பட்டது.

புதிய யூகம் துவங்கியது

1936 கம்யூனிஸ்ட்டு கட்சி வரலாற்றில் முக்கியத்துவம் பெற்றது. ஜோஷி செயலாளரானார். முற்போக்கு எழுத்தாளர் சங்கம், அகில இந்திய மாணவர் கூட்டமைப்பு (எஐஎஸ்எப்) சாத்ரி, சங்கா போன்றவை துவங்கப்பட்டன. சர்வதேச எழுத்தாளர் மாநாடு 1935ல் பாரிசில் நடைபெற்றது. பாசிசத்திற்கு எதிராகப் படைப்பாளிகளையும், கலைஞர் களையும் திரட்ட வேண்டியதன் அவசியத்தை ஜோஷி உணர்ந்தார். பாரிஸ் மாநாட்டில் மாக்சிம் கார்க்கி, ஆண்ட்ரு மால்ரெக்ஸ், ஈ.எம். பாஸ்டர் போன்றோர் பங்கேற்றனர். பாசிசம் பல அற்புதக்கலைஞர்களை, விஞ்ஞானிகளை படைப்பாளிகளைக் கொன்று அழித்தது. பலர் தம் நாடுகளை விட்டு வெளியேற நேர்ந்தது. ஐன்ஸ்டைன் தாயகமான ஜெர்மனியை விட்டு அமெரிக்கா சென்றார். பாசிசத்திற்கு எதிரான அறிவுஜீவிகள் ஒற்றுமை பெரிதும் உணரப்பட்டது. ஜோஷி அத்தகைய முயற்சியை இந்தியாவில் துவங்கினார். அதற்கான அறிக்கையைத் தயார் செய்தார். அதில் ப்ரேம் சந்த் போன்ற முன்னணி படைப்பாளிகள் கையெழுத்திட்டிருந்தனர். 1936 ஏப்ரல் 10 அன்று அகில இந்திய எழுத்தாளர் மாநாடு லக்னோவில் துவங்கியது.

முற்போக்கு எழுத்தாளர் கூட்டமைப்பின் கிளைகள் நாடு முழுவதும் துவங்கப்பட்டன. படைப்பாளிகள் உழைப் பாளிகளின் வாழ்வையும், துயரையும் இலக்கியமாக்கினார். பிரேம் சந்தின் கோதான், விவசாயியின் வாழ்வைப் பிரதிபலித்தது. ஆனால் 1925ல் அவர் எழுதிய ரங்பூமி காந்தியம் பற்றியது. விவசாயக் கவிஞர்கள் மாநாடு 1938ல் பரீதாபாத்தில் நடைபெற்றது. 1945ல் அகில இந்திய உருது முற்போக்கு எழுத்தாளர் மாநாடு ஹைதராபாத்தில் நடத்தப்பட்டது. சரோஜினி நாயுடு அதைத் துவக்கிவைத்தார்.

காந்தியத்தை விஞ்சி புரட்சிகர இயக்கங்கள் மக்கள்

ஆதரவைப் பெற்றன. இடதுசாரி அமைப்புகளில் ஏராளமான மாணவர்கள் பங்கேற்றனர். 1936ல் அகில இந்திய மாணவர் கூட்டமைப்பு உருவானது. மாணவர்கள் உள்ளூர், இந்திய, உலகப்பிரச்சனைகளை விவாதித்தனர். அரசியல் கைதிகளை விடுவிக்கக்கோரியும், மாணவர் தேர்தல் நடத்தவும் ஸ்பானிஷ் போரையும் ஜப்பான் சீனா மீது படையெடுத்ததைக் கண்டித்தும் போராடினர். ஏகாதிபத்திய எதிர்ப்பு உணர்வு மாணவரிடையே வலுப்பெற்றது. மாணவர்கள் தேசிய, சர்வதேசியப் பிரச்சனைகளை விவாதித்தனர்.

ஜோஷி இளைஞர்களின் கதாநாயகனானார். அவரது ஏகாதிபத்திய எதிர்ப்பு, விடுதலை வேகம், இடதுசாரிகள், தேசிய சக்திகள் உறவுகுறித்த உணர்வூட்டும் உரைகள் மாணவர்களைக் கவர்ந்தது. கல்வியில் முதல்நிலை பெருவது, முதன்மையானது என்று வலியுறுத்தினார். அதுவே பிற மாணவர்களைப் பொது வாழ்வில் ஈடுபடத் தூண்டுமென்றார். மாணவர்களுக்குச் சிறந்த வாழ்வை அமைத்துக் கொள்வது குறித்துச் சிறப்பான அறிவுரைகளைக் கூறுவார்.

“இரவு படுக்கப் போகும்போது, இன்று நடந்த நல்ல கெட்ட நிகழ்வுகளைச் சிந்தித்துத் தவறுகளைத் திருத்திக் கொள்ளுங்கள்” என ஜோஷி அறிவுரை கூறியதை சத்யபால் டாங் நினைவு கூறுகிறார்.

ரஜ்னி பாமிதத், ஸ்விட்சர்லாந்தில் நேருவைச் சந்தித்துக் காங்கிரசைப் பலம் வாய்ந்த ஏகாதிபத்திய எதிர்ப்பு அமைப் பாக மாற்ற வேண்டுமென்று கூறினார். 1936 லக்னோ காங்கிரஸ் மாநாட்டில் ஜோஷி தோழர்களுடன் நேருவைச் சந்தித்துக் கம்யூனிஸ்ட்டுகளுடன் வலிமையான உறவை வளர்ப்பது அவசியம் என்று வற்புறுத்தினார். அதன் விளைவாக மாணவர் பெருமன்றம், விவசாய சங்கம் ஆகியவற்றைக் காங்கிரசுடன் இணைக்க முன்வந்தனர். நேரு, ஜோஷியை காந்திஜியிடம் அழைத்துச்சென்றார். பட்டேல் ஒப்புக்கொண்டால் தனக்கு மறுப்பில்லை என்றார் காந்திஜி. கம்யூனிஸ்ட்டுகள், காங்கிரஸில் இருக்கச் சம்மதிக்க வேண்டும் அல்லது விவசாயத் தொழிலாளர் அமைப்பை இணைக்க முன்வர வேண்டும் என்றார். படேல் கம்யூனிஸ்டுகள் காங்கிரசில் இருந்துகொண்டே ஏஐடியுசி, விவசாய சங்கம் ஆகியவைகளைக் காங்கிரசுடன் இணைக்கப் போராடுவர் என ஜோசி குறிப்பிட்டார். ஜோஷி தனது அரசியல் முடிவு களில் சமரசம் செய்து கொள்ளாதவர்.

முதல் அகில இந்திய விவசாய சங்க மாநாடு லக்னோவில் 1936ல் நடைபெற்றது. ஜமீன்தார் முறை ஒழிக்கப்பட வேண்டும், குறைவான விவசாயவரி, கடன் நீக்கம், அரசு, ஜமீன்தார்கள் நிலத்தை விவசாயிகளுக்கும் பகிர்ந்தளித்தல் எனப் பல தீர்மானங்கள் இயற்றப்பட்டன. 1938ல் ஐந்து இலட்சம் விவசாயிகள் உறுப்பினராகி இருந்தனர். உத்தரப்பிரதேச விவசாய சங்கம் முன்னணியில் இருந்தது. ஜமீன் ஒழிப்பு, குத்தகை மசோதா போன்றவற்றிற்குப் போராடினர். உத்தரப்பிரதேசக் காங்கிரஸ், மிகவும் இடதுசாரித் தன்மை கொண்டதாக விளங்கியது.

தொழிற்சங்க உறுப்பினர் எண்ணிக்கை 50 விழுக்காடு அதிகரித்தது. 1938ல் ஏஐடியூசி, தேசியத் தொழிற்சங்கக் கூட்டமைப்புடன் கூட்டாக நாக்பூரில் மாநாடு நடத்தியது. பல்வேறு உரிமைப் போராட்டங்கள் நடந்தன. இடதுசாரிகளே முன்னணியில் நின்றனர்.

கல்கத்தாவின் கடைவீதியில் கம்யூனிஸ்ட்டு கட்சி அலுவலகம் துவங்கப்பட்டது. ஜோஷியும், அதிகாரியும் துணிவுடன் மாறுவேடத்தில் துவக்க விழாவில் பங்கேற்றனர். பண பலம் இல்லாத அந்நாட்களில் தோழர்கள் அர்ப்பணிப்பு உணர்வுடன் பணியாற்றினர். சர்தார் பிருத்விசில் தனது பணக்கார நண்பர்கள் உதவியுடன் சமாளித்து வந்தார்.

'கம்யூனிஸ்ட்டு' என்ற தத்துவ ஏடு நடத்தப்பட்டது. 1937 தேர்தலில் காங்கிரஸ் கட்சி ஏழு மாநிலங்களில் ஆட்சிக்கு வந்தது. அங்கு கம்யூனிஸ்ட்டுகள் விடுதலை செய்யப்பட்டனர். கட்சியின் அலுவலகம், பாதுகாப்பான பம்பாய் நகருக்கு மாற்றப்பட்டது. அதிகாரி ஒரு சட்ட விளக்க ஏடு நடத்த முடிவெடுத்தது. எச்.டி. ராஜாவின் நியூ ஏஜ் ஏடு சென்னையிலிருந்து காட்டே பொறுப்பில் வெளியிடப்பட்டது. ஜோஷி நாடு முழுவதும் அலைந்து கட்சியை வளர்க்கப் பாடுபட்டார். ஏகாதிபத்திய எதிர்ப்பு அணியில் அனைத்துக் கட்சியினரையும் ஒன்றுபடச் செய்வதே ஜோஷியின் இலட்சியமாக இருந்தது.

சோசலிஸ்ட்டுகள் ஒற்றுமை

ஜோஷி ஜெயபிரகாஷ் நாராயணனைச் சந்தித்து நீண்ட உரையாடலை மேற்கொண்டார். காங்கிரஸ் சோசலிஸ்ட்டு கட்சி, கம்யூனிஸ்ட்டுகளுடன் கூடி ஏகாதிபத்திய எதிர்ப்பு

அணியை அலுவலகத்திலிருந்து அந்த 'நேஷனல் ப்ரண்ட்' என்ற வார இதழைக் கொண்டு வந்தார் ஜோஷி.

"நேஷனல் ப்ரண்ட், உழைக்கும் மக்களை ஒன்று திரட்டும் அறிவு மையமானது. விவசாயிகள், தொழிலாளர்கள், அறிவு ஜீவிகள் என அனைவருக்கும் தளமானது. தடைசெய்யப்பட்ட கட்சியின் தொடர்பு மையமாக அது செயல்பட்டது. ஜோஷியின் சலியா உழைப்பு, ஓய்வில்லாத செயல், அறிவுத்திறமை எங்களை வியப்புறச்செய்தது" என ஜோஷியின் தோழராக இருந்த கோவிந் வித்யார்த்தி எழுதுகிறார். நேஷனல் ப்ரண்டின் ஆசிரியர் குழுவில் ஜோஷி, அஜாய் கோஷ், பரத்வாஜ், அதிகாரி ஆகியோர் இருந்தனர். பிரச்சாரத்துடன், இந்தியக் கம்யூனிஸ்ட் கட்சியின் உருவாக்கத்திற்கும் அது வித்திட்டது.

கட்சி தடை செய்யப்பட்டிருந்த போதும் ஜோஷி அதைத் திறமையாக நடத்தி, பிற தேசிய சக்திகளுடன் நல்லுறவை வளர்த்து, கட்சி தனிமைப்பட்டுக் கிடந்த நிலையை மாற்றினார். தலைமறைவாக இருந்த கட்சி, தேசியச் செயல்பாடுகளில் இணைய அது பாலம் அமைத்தது. கம்யூனிஸ்ட்டு கட்சி தேசிய நலச்செயல்பாடுகளில் முன்னணியில் நிற்குமென்ற நம்பிக்கையை அவர் வளர்த்தார்.

1938 ஏப்ரல் 17ல் கட்சி, "தேசியக் காங்கிரசும் தொழிலாளர் வர்க்கமும்" என்ற ஆவணத்தைக் கொண்டு வந்தது. அதில், "நம் நாட்டில் நடைபெற்றுக் கொண்டிருக்கும் அரசியல் போராட்டத்தில் பங்கு பெறாமல், இந்திய மக்களின் ஜனநாயக உரிமைகளுக்குப் போராடாமல், இந்திய தேசியக் காங்கிரசின் தலைமையின் கீழ் நடைபெறும் விடுதலைப்போராட்டத்தில் தன்னை இணைத்துக் கொள்ளாமல், ஆளும் ஏகாதிபத்தியத்தை எதிர்ப்பதற்கான சமூகத்தளத்தை விரிவுபடுத்தாமல், இந்திய உழைக்கும் மக்களின் சமூக விடுதலைக்கான பணிக்குத் தம்மைத் தகுதியாக்கிக் கொள்ள முடியாது" என்று எழுதப்பட்டுள்ளது.

இக்கால கட்டத்தில் ஜோஷியின் தலைமையில் கம்யூனிஸ்டுகள் விடுதலைப் போராட்டத்தில் பங்கேற்கும் வகையில் செயல்படத் துவங்கினர். இந்திய தேசியக் காங்கிரசும் தொழிலாளி வர்க்கமும் எனும் வரைவில்;

"இந்திய தேசியக் காங்கிரஸ் குறித்த தனது அணுகுமுறையை மாற்றிக்கொள்ளும் உறுதியான மாற்றத்தை எடுக்காமல், காங்கிரஸ் கட்சியுள் தம்மை ஒரு பலம் வாய்ந்த சக்தியாக

வளர்த்துக் கொள்ளாமல், அனைத்து இடதுசாரிகளையும், சோசலிஸ்ட்டுகளையும் இணைத்து தேசிய முன்னணியை உருவாக்காமல், காங்கிரஸ் பற்றிய உறுதியான, ஆக்கப்பூர்வமான கருத்தை ஏற்றுக் கொள்ளாமல், கம்யூனிஸ்ட்டுகள் இந்த நாட்டின் போக்கை நிர்ணயிக்கும் அரசியல் சக்தியாக வளர முடியாது" என்று உறுதியுடன் வழிகாட்டியது.

1938 அக்டோபர் 16 அன்று வெளியான நேஷனல் ப்ரண்டின் இதழின் தலையங்கம், முதன் முதலாக சுபாஷ்சந்திர போசை காங்கிரசின் தலைவராகத் தேர்ந்தெடுக்க வேண்டும், அவரே இடதுசாரி வேட்பாளர் என்று அறிவித்தது.

"கம்யூனிஸ்ட்டுகள், சோசலிஸ்ட்டுகள், ராயிஸ்ட்டுகள் காங்கிரசில் உள்ள இடதுசாரிகள் அனைவரும் ஒரே இடதுசாரி அணியாக உருவாகவேண்டும். தேர்தலில் இடதுசாரி அணி தனது பாதச்சுவட்டை பலமாகப் பதிக்க வேண்டும், காங்கிரசின் கொள்கைகளுக்குத் தானே மிகவும் உண்மையாகப் பாடுபவன் என்பதை நிரூபிக்க வேண்டும்" என்று தலையங்கத்தில் எழுதியது.

போசின் வெற்றியைப் போற்றி ஜோஷி, "தலைமையின் விருப்பத்தை மீறியும் காங்கிரசின் அடிமட்ட உறுப்பினர்கள், போசை வெற்றிபெறச் செய்துள்ளனர். காங்கிரசின் இலட்சியங்களின் அடையாளமாகவும் போஸ் போற்றப்படுகிறார்" என்று எழுதினார்.

போசின் வெற்றிக்குக் கம்யூனிஸ்ட்டுகள், தடைசெய்யப் பட்டிருந்த போதும், கடுமையாகப் பாடுபட்டனர். போசின் வெற்றி, கம்யூனிஸ்ட்களுக்குத் தங்கள் அரசியல் நிலைபாட்டின் வெற்றியாக அமைந்தது.

மக்கள் கலைஞர்களின் மக்கள் மேடை

நேஷனல் ப்ரண்ட், தொழிலாளர், விவசாயிகள், மாணவர்கள், விடுதலைப் போராட்ட நிகழ்வுகள் அனைத்தின் சிறந்த பதிவாக அமைந்தது. இதழின் பொருளாதாரத் தேவைக்கான நிதியைத் திரட்ட ஜோஷி மிகவும் பாடுபட்டார். பல இளம் தோழர்கள் ஷந்தா காந்தி, நர்கிஸ் பட்லிவாலா, தில்சந்த் சாளி போன்றோர் துணை நின்றனர். இதழின் தரம் சிறக்கப் பெரும் முயற்சி எடுத்துப் பல முன்னணிக் கலைஞர்களை, படைப்பாளிகளைப் பங்கேற்கச் செய்தனர்.

கார்டூனிஸ்ட் ஆர்.எஸ். நாயுடு, புகைப்படக் கலைஞர் டி.எச். டண்டுல்கர் போன்றோர் உதவ முன்வந்தனர். எங்கு அரசியல் கூட்டங்கள் நடைபெற்ற போதும், ஜோஷி வாயிலில் நின்று நேஷனல் ப்ரண்டைக் கூவிக்கூவி விற்பனைச் செய்யத் தயங்கியதில்லை.

இரண்டாம் உலகப்போர் துவங்கியது. காங்கிரஸ் மாநில அரசுகள் பதவி விலகின. மீண்டும் ஜோஷி தலைமறைவு வாழ்க்கை மேற்கொள்ள நேர்ந்தது. ஜோஷியும் அதிகாரியும் மக்கள் தொடர்புக்கான பத்திரிக்கை, சுற்றறிக்கைகள் அனுப்பும் பொறுப்பை ஏற்றனர். 'கம்யூனிஸ்ட்' ஏட்டைத் தலைமறைவாக நகலெடுத்து நாடு முழுவதும் அனுப்பினர். கட்சி மிகவும் சோதனையான காலகட்டத்தைக் கடந்து கொண்டிருந்தது.

"எத்தனை இன்னல்கள், இடர்பாடுகள், சோதனைகளைத் தாங்கிக் கட்சிப் பணியைத் தலைமறைவாக ஜோஷியும், தோழர்களும் நடத்தினர் என்பது நம்பமுடியாத உண்மை. தலைமறைவாக நாடு முழுதும் இயக்கத்தை வளர்த்தனர். பெரும்பாலான தலைவர்கள் சிறையிலடைக்கப் பட்டிருந்தனர். போலீஸ் எப்போதும் தோழர்களைக் கண்காணித்துக் கொண்டே இருந்தது. இத்தனை இடர்பாடுகளுக்கு நடுவிலும் காங்கிரசுக்கு அடுத்த மிகப்பெரிய கட்சியாக கம்யூனிஸ்ட்டு கட்சி செயல்பட, ஜோஷியின் அர்ப்பணிப்பும், கடின உழைப்புமே காரணம்" என்று ஜோஷியுடனிருந்த தோழர் கோவிந்த் கூறுகிறார்.

ஜோஷி இந்தியாவின் நிலையை ஆழமாகப் புரிந்து கொண்டு செயலாற்றினர். மீரட் சிறை அனுபவங்களுடன் சமகாலச் சூழலையும் இணைத்து, விடுதலைக்கான தேசியப் போராட்டம், உழைக்கும் மக்கள் நலனுக்காக வர்க்கப்போராட்டம் என இரண்டையும் தீர்க்கதரிசனத்துடன் இணைத்துச் செயலாற்றினார். *1937—39* இந்த மூன்றாண்டு காலத்தில் சிறிதாக இருந்தபோதும், கம்யூனிஸ்டுக்கட்சியை நாடு மதித்துப் போற்றும் அரசியல் சத்தியாக்கிய பெருமை ஜோஷிக்கே உரியது.

மக்கள் தலைவர் ஜோஷி

மக்களைத் திரட்டுவதில் ஈடு இணையற்ற மகத்தான தலைவராக ஜோஷி திகழ்ந்தார். அவரது தனிப்பட்ட நட்பும் பழக்கமும் பலரை அவர்பால் ஈர்த்தது. கம்யூனிஸ்ட்டு கட்சியின் மக்கள் தொடர்பு பரவலானது. ஜோஷியின் அன்பும், எளிமையும், அர்ப்பணிப்பும் எழுத்தாளர்கள், கலைஞர்கள், மாணவர்கள், அறிவு ஜீவிகள் என அனைத்துத் தரப்பினரையும் ஈர்த்தது. சிந்தனை, செயல், ஆர்வம், அளவற்ற நாட்டுப்பற்று, சர்வதேசப் பார்வை ஆகியன சக தோழர்களைக் கவர்ந்தது. ஏராளமான இளைஞர்கள் பழமைவாதம், அதிகார மோகம், சுரண்டல் மனோபாவம் ஆகியவற்றை எதிர்த்துத் திரண்டனர்.

அவரது தலைமைக் காலம் ஒப்புமை கூறமுடியாத தனிச்சிறப்பு மிக்கதாய் இருந்தது. கட்சி மட்டுமின்றி நாடும் அவரால் பெருமை பெற்றது. அரசியலுடன் கலை இலக்கியம் கலந்து வளர்க்கப்பட வேண்டுமெனக் கருதினார். பாசிச எதிர்ப்பு, ஏகாதிபத்திய எதிர்ப்பு ஆகியவற்றை கிராமப்புறக்

கலைநயத்துடன் பரப்ப முயன்றனர். பல கலைக்குழுக்கள் நாடு முழுவதும் உருவாகின்றன. வங்கம், கேரளம், ஆந்திரா, பஞ்சாப் கலைக்குழுக்கள் கட்சியின் முதுகெலும்பாக வலிமை முற்போக்கு சிந்தனை கொண்ட இளைஞர் குழுக்கள் உண்டாகின.

ஜோஷியின் மார்க்சிய அணுகுமுறை வரட்டுத்தனமாக இல்லை. இந்திய மரபுக்கு உகந்த பார்வை கொண்டிருந்தார். அவருடைய பதவிக்காலம் உள்நாட்டிலும், உலகம் முழுவதும் மார்க்சியம் பல சோதனைகளைக் கடந்து கொண்டிருந்தது. கட்சியைத் தனிமைச் சிறையிலிருந்து விடுவித்து மக்கள் இயக்கமாக்கும் மாபெரும் பொறுப்பை அவர் சுமந்தார். தேசபக்தி மிகுந்த கம்யூனிஸ்ட்டுகளை அவர் உருவாக்கினார். ஆனாலும் அவர்களைத் தேசியவாதிகள் சந்தேகக் கண்கொண்டே பார்த்தனர். கம்யூனிஸ்ட்டு கட்சியை ஒரு மக்கள் இயக்கமாக்குவதில் ஜோஷியின் பங்கு மகத்தானது.

மக்கள் இயக்கங்கள் கட்சி சார்புற்ற, வெறியுணர்வற்றதாக இருக்க வேண்டுமென்பது மக்களைப் பெருமளவு ஈர்க்கும். மாணவர்கள் நாட்டுப்புறக் கலைஞர்கள், நாடகக் குழுவினர், பெண்கள், எழுத்தாளர்கள் எனப்பல தரப்பினரும் கட்சியுடன் தொடர்பு கொண்டு உதவினர். கட்சிக்கான அனுதாபிகள் வட்டம் பெரியதாக இருக்க வேண்டுமென்பது ஜோஷியின் கருத்து. இந்த அனுதாபிகளே கட்சியின் சோதனைக் காலங்களில் பெரிதும் துணைநின்று உதவினர். நிதி, மறைவிடம், மக்கள் தொடர்பு எனத் தலைமறைவு காலத்தில் கட்சிக்குப் பெரிதும் உதவினர்.

ஜோஷி மக்கள் மொழியில் பேசி, நெருக்கத்தை வளர்த்துக் கொள்வார். கட்சி அனுதாபிகள் இவரை ஒரு குடும்ப உறுப்பினர் போலவே கருதினர். கட்சியின் மீது இவர்களுக்குப் பாசமும் பெருமையும் உண்டாகும்படிச் செய்தார். அவரது எளிமையும் நேர்மையும் மக்களை ஈர்த்தன. நேரடியான உரையாடல் மூலம் புதியவரின் குடும்ப, பொருளாதாரச் சமூக நிலைகளை அறிந்து பயன்படுத்திக் கொள்வார். மிகவும் வேகமாகப் பேசும் இவரது பேச்சைப் புரிந்து கொள்வதில் சிலருக்குச் சிரமம் உண்டாவதுண்டு. அரசியல் முதல் கலைகள் வரை அனைத்தையும் ஒளிவு மறைவின்றி வெளிப்படையாக விவாதிப்பார்.

கோவிந்த் வித்யார்த்தி முதன்முறையாக ஜோஷியைச் சந்தித்த போது, "அது ஒரு தனித்துவம் மிக்க தனிச் சந்திப்பு.

அவரது கைகள் எனக்கு அவரை உணர்த்தின. என்னை எவ்விதத் தயக்கமுமின்றி அவரிடம் ஒப்படைத்தேன். அன்பும், அர்ப்பணிப்பும் மிகுந்த கலவை அவர்” என்கிறார்.

ஜோஷியைச் சந்தித்த ஒவ்வொருவரும் அப்படியே உணர்ந்தனர். அவரைத் தோழர்கள் மிகுந்த மரியாதையுடன் போற்றினர். அவர் பெரிய அர்ப்பணிப்பு மிக்க தேசபக்தக் கம்யூனிஸ்ட்டுகளை உருவாக்கினார். வெள்ளையனே வெளியேறு போராட்டத்தில் கலந்து கொள்ளாத காரணத்தால் கம்யூனிஸ்ட்டுகளை தேசத் துரோகிகள் என்று இழிவுபடுத்தினர். 1943ல் உண்டான பெரும் வங்கப் பஞ்சத்தில், கம்யூனிஸ்ட்டுகள் முழுமையான நிவாரணப் பணிகளில் ஈடுபட வேண்டுமெனக் கூறினார். 35 லட்சம் மக்கள் ஈக்கள் போலக் கல்கத்தாவின் சாலை ஓரங்களில் பட்டினியால் செத்துக்கிடந்தனர். கட்டைகள் மேல் செத்த உடல்கள் அடுக்கப்பட்டு சுட்டெரிக்கப்பட்டன. எங்கும் பெண்களின் அழுகுரல். குப்பை மேட்டில் கிடக்கும் எச்சிலைக்கும் அடிதடி. கஞ்சித் தொட்டிகளில் மக்கள் கூட்டம். பெண்களும் குழந்தைகளும் ஒட்டிய வயிற்றுடன் உயிருக்குப் போராடினார். 1943ல் ஒரு கோடி விவசாயிகள், கூலிகள், நகர்ப்புற ஏழைகள் வறுமையால் அகதிகளாக வாழ்வு தேடி ஓடினர். வருமானம் ஏதுமில்லாத மக்கள் நிலங்களை, உடமைகளை விற்று வாழ முயன்றனர். பெண்கள் வாழ விபச்சாரமே வழியென்றானது. விபச்சார விடுதிகளில் பெண்கள் கூட்டம். அமெரிக்க சிப்பாய்கள் வங்கத்து இளம் பெண்களைத் தூக்கிச் சென்று விபச்சாரத்தில் தள்ளினர். இதுகுறித்து ஜோஷி அமெரிக்கத் தூதருக்குக் கண்டனக் கடிதம் எழுதினார். வங்கக் கம்யூனிஸ்ட்டு கட்சி பெண்களைக் காக்க முன்வர வேண்டுமென்றார்.

வறுமைப்பட்ட பெண்களின் உடல் வணிகப் பொருளாக்கப் பட்டது. இராணுவ முகாம்களுக்குப் பெண்கள் உடலை விற்க அனுப்பப்பட்டனர். இச்சூழலில் பெண்களைக் காப்பாற்றவே பெண்கள் சுய பாதுகாப்புக் குழுக்களை கம்யூனிஸ்ட்டுகள் துவங்கினர். இந்தப் பெண்கள் நலன் காக்கும் கம்யூனிஸ்ட்டு இயக்கத்தில் தாகூரின் உறவினரான இந்திரா தேவி போன்ற மேல்தட்டுப் பெண்களும் பங்கேற்றனர்.

பெண்களைக் காக்கும் வீரம் மிக்க அணியை உருவாக்கு வதில் ஜோஷியின் பங்கு மகத்தானதாக இருந்தது. வறுமை, அறியாமை, இழிவுகளிலிருந்து பெண்களை விடுவித்து சமூகப் போராளிகளாக்குவதில் கம்யூனிஸ்ட்டுகள்

பெரும் பங்காற்றினர். பெண்களைத் தலைமைப் பண்பு மிக்கவர்களாகப் பயிற்றுவிப்பதில் ஜோஷி பெரும் கவனம் செலுத்தினார். அத்தகைய பெண் தலைவரான மணிகுந்தலா சென் ஜோஷியின் பயிற்சி பற்றிக் குறிப்பிடுகிறார்.

"ஜோஷியே பெண்கள் பொதுநல சேவையில் ஈடுபடுவது குறித்த விழிப்புணர்வை உண்டாக்கினார். அடிதட்டுப் பெண்களின் நியாயமான உரிமைகளைக் காக்கச் சமூகத்தின் மேல்தட்டிலுள்ள பெண்கள் முன்வர வேண்டுமென அறைகூவல் விடுத்தார். விடுதலைப் போராட்டத்தில் முன்னிற்கவும், தொழிலாளர் உரிமைப் போராட்டத்தில் பங்கேற்கவும் பெண்கள் முன்வர வேண்டுமென்றார். பாசிச எதிர்ப்பு, ஏகாதிபத்திய எதிர்ப்பு, விடுதலைப் போராட்டக் கைதிகள் விடுதலை எனப்பல பிரச்சனைகளுக்காகப் பெண்கள் போராடக் கற்றுக்கொடுத்தார்" என நினைவு கூறுகிறார்.

பதுக்கலை ஒழிப்போம்

ஜோஷி இயற்கையின் பேரிடர்களை எதிர்கொண்டு மக்களுக்கு உதவக் கட்சித் தோழர்களைத் தயார்படுத்தினார். பட்டினி கிடக்கும் வங்கத்தைக் காப்பாற்று என்ற முழக்கத்துடன் வங்கம் முழுவதும் பயணம் செய்தார். உடன் வந்த கலைக்குழு விடுதலைப் பற்றியும், இந்து முஸ்லீம் ஒற்றுமை பற்றியும், பதுக்கல் கள்ள வணிகம் செய்வோர் பற்றியும், ஜப்பானின் பாசிசக் கொடுமை பற்றியும் பிரச்சாரம் செய்தது. மிதுன்பூரில் வறுமையில் செத்து எலும்புக் கூடாகக் கிடந்த 500 ஏழை விவசாயிகளைக் கண்டு நொந்தார். விளை நிலங்கள் நடுவே விளைவித்தவன் செத்துக்கிடப்பது ஏன் என்ற கேள்வியை விதைத்தார்.

'வங்கம் செத்தபின் யார் வாழ்வார்?' என்ற சிறு ஏட்டை எழுதினார். உணவைப் பதுக்கிக் கொள்ள இலாபம் காண் போர் யார், நிலமற்ற ஏழைக் கூலிகளின் பாடு, எல்லாரும் எல்லாமும் பெறும் சமத்துவ உலகம் என ஒரு பெரும் விழிப்புணர்வின் களம் ஆனது இச்சிறுநூல். பஞ்சம் பாதித்த வங்கத்தில் ஆறு வாரங்கள் பயணித்ததன் விளைவானது இந்நூல்.

"நான் ஒரு மன உறுதியுடன் வங்கம் விட்டுப்புறப்பட்டேன். வேற்றுமைகள் மறந்து ஒவ்வொரு இந்தியனும் ஒன்றுபடுவது

எப்படி? ஒவ்வொரு இந்தியனும் எப்படித் தனது ஒவ்வொரு நெல்மணியையும் வங்கச் சகோதரனின் பட்டினி போக்க உதவுவது? இதுவே என்மனதில் ஓயாத அலையாக இருந்தது" என்று எழுதினார்.

வங்கப் பஞ்சத்தை தேசிய அவலம் என உணரச்செய்தார். வங்கப் பஞ்சத்தை ஒவ்வொரு இந்தியனும் உணர வேண்டுமென்றார். அவரது விழிப்புணர்வுப் பயணம் பெரும் தாக்கத்தை உண்டாக்கியது. கலை, சமூக அரசியல் விழிப்புணர்வு ஆயுதமாக்கப்பட்டது. பாடல்களும், வசனமும், ஆடலும் மாபெரும் மாயம் செய்தன, மக்களை இணைத்தன, வீறுகொண்டு எழச்செய்தன. ஒரு புதிய இந்தியாவை எழுச்சியுறச் செய்தது.

"இந்தியா வாழ வங்கம் சாகக்கூடாது. நம் குடும்பம் பட்டினியில் வாடக்கூடாது எனும் அன்பு வங்கத்தைக் காக்கவும் உண்டாக வேண்டும்.

நம் பெண்களின் மானம் காக்கும் வங்கத்தின் ஒவ்வொரு பெண்ணையும் காப்போம்.

நம் குழந்தைகள் சாவதைச் சகிப்போமா? வங்கக் குழந்தை கள் ஈக்கள் அல்ல செத்துமடிய, வங்கம் வாழ உதவுவோம்.

நாம் நம் நாட்டை விரும்புவது உண்மையானால், வங்கத்தை வறுமையிலிருந்து மீட்போம். வங்கம் சாக இந்தியா வாழ்வதா?" என உணர்ச்சி பொங்க வேண்டினார். பதுக்கல் கொள்ளையர்களைக் கைதுசெய்து தண்டிக்கத் தவறிய, முஸ்லீம் லீக் தலைமை அரசைக் கடுமையாகச் சாடினார். நமது தேசபக்தி உணர்வு வங்கச் சகோதரரைக் காக்க எழ வேண்டும். ஒவ்வொரு பட்டினிச்சாவையும் பெண்கள், குழந்தைகள் துயரைத் தன் துயராகவும் ஒவ்வொரு இந்தியனும் உணர வேண்டுமென்றார்.

சுய உதவிகளைத் துவக்க வேண்டும். உணவிடும் சமையலறை களைக் கட்சித் தோழர்கள் துவங்க வேண்டுமென்ற அவரது வேண்டுகோளால் 700 சமையல் கூடங்கள் உருவாகின. 1,70,000 பட்டினி கிடந்த வங்கச் சகோதரர்களின் பசிபோக்கிப் புதுவாழ்வு தந்தனர். உதவிப்படைகள் உருவாகின. வங்கத்தின் ஒவ்வொரு நெல்மணியும் வங்கச்சகோதரன் பசி போக்கட்டும். உணவைப் பதுக்குவோர் மக்களின் எதிரிகள் எனக் கம்யூனிஸ்ட்டுகள் எச்சரித்தனர்.

வங்கப் பஞ்சத்தை தேசத்தின் மனசாட்சியின் கேள்வியாக்கினார் ஜோஷி. “இன்றைய உடனடித் தேவை லீக், மகாசபா கூட்டு அமைச்சரவை. காங்கிரஸும், கம்யூனிஸ்ட்டுகளும் இதை ஆதரிக்க வேண்டும். லீக் அமைச்சரை ஷ்யாம் பிரசாத்துக்கு ஆதரவாக ஆக்குவதும், செயல்படச் செய்வதும் நமது கடமை” என்றார்.

மக்கள் யுத்தம் என்ற தவறுக்கு பரிகாரமாக.....

நாடு முழுதும் அவர் அமைத்த கலைக் குழுக்கள் மூலம் கலைஞர்கள், எழுத்தாளர்கள் கட்சியின் அனுதாபிகளாயினர். மக்கள் துயரம் மக்களைத் தட்டியெழுப்பும் கருவியானது கலை. ஆடலும் பாடலும் சோர்ந்து கிடந்த கட்சியை மக்களின் பாசத்திற்குரிய இயக்கமாக மாறியது. உலகப் போர், மக்கள் யுத்தம் என்ற தவறுக்குப் பரிகாரமாக அமைந்தது. புகழ்பெற்ற கலைஞர்கள் உருவாகினர். பிஜோய் பட்டாச்சாரியாவின் ‘ஜனபன் பர்தி’ நாடகம், இந்திக்கு மொழிமாற்றம் செய்யப்பட்டு, நாடு முழுதும் நடத்தப்பட்டது. மக்கள் நன்கொடைகளை அள்ளிக் குவித்தனர். கட்சியின் ‘மக்கள் யுத்தம்‘ ஏடு பஞ்சம் பற்றிய கட்டுரைகள், புகைப்படங்களை வெளியிட்டது. ஹஞ் சரா பேகம் எழுதிய உணர்ச்சிமிகு கட்டுரையைப் படித்த ஒரு பெண் — “உங்கள் கட்டுரையைப் படித்தேன். என் இதயம் நொறுங்கியது. பண்டிகைக்குச் சேலை வாங்க என் கணவர் தந்த பணத்தை வங்கச் சகோதரியின் மானம் காக்க அனுப்புகிறேன்” என்று எழுதினார்.

கலை மக்களுக்காக.....

ஓவியக் கலைஞர்கள், மிதுன்பூர் பஞ்சக் கொடுமையை ஓவியமாக்கினர். கட்சி நாடு முழுதும் அதைக் காட்சிப்படுத்தி மக்கள் ஒற்றுமை உணர்வைத் தட்டியெழுப்பியது. ‘வங்கம் பட்டினி கிடக்கிறது’ என்ற இயக்கம் பஞ்சத்தின் பின் உள்ள அரசியலை நாடு முழுதும் உணர்த்தியது. கம்யூனிஸ்டு கட்சியின் மதிப்பு மக்கள் மத்தியில் உயர்ந்தது. துயர் தீர்க்க எழுந்த ரவி ஷங்கர் போன்ற கலைஞர்கள், பின்னால் உலகக் கலைஞர்கள் வரிசையில் புகழ் பெற்றனர். நாட்டுப்புறக் கலைகளும், செவ்வியல் கலைகளும் மக்களிடம் சென்றன. மக்களை மாற்றும் கருவியாகின.

ஒப்பனைகளின்றி மக்களிடம் நேரடியாக உறவு கொள்ளும் வீதி நாடகங்கள், மக்கள் மொழியில் பேசும் நாட்டுப்புறக் கலைகள், மக்களைச் சேர்ந்து பாட அழைக்கும் சேர்ந்திசைக் குழுக்கள் எனப் புதிய வடிவெடுக்கும் தொன்மைக் கலை மாற்றங்களை இக்கலைஞர்கள் செய்தனர். ஜோஷி நிகழ்வுகளைத் தானே வந்து பார்த்து மாற்றங்கள் சொல்லி மேம்படுத்துவர். ஒவ்வொரு மனிதனுள்ளும் உள்ள தனித்திறமை கட்சிக்கும், நாட்டுக்கும் பயன்பட வேண்டுமென்பார். பழமையில் மூழ்கிக் கிடந்த குடும்பங்களின் இளைஞர்கள் கூடச் சமூக மாற்றம் காணச் சாலையில் இறங்கினர்.

1943 மே மாதத்தில் நாடு முழுதும் சிதறிக் கிடந்த பல்வேறு கலைக்குழுக்களை இணைத்து உருவானது 'இப்டா' எனும் இந்திய மக்கள் கலை அரங்கம். கலை கலைக்காக என்ற உயர்தட்டு வாதம் உடைக்கப்பட்டது. கலை மக்களுக்காக என்று இப்டா முழங்கியது. மேடைக் கலைகள் வெறும் மகிழ்ச்சிச் சாதனங்களே என்பது மாறி மக்களை விழிப்புற்று வீறுகொண்டு எழச் செய்தன. கோவிலுக்குள் முடங்கிக் கிடந்த கதகளி, மக்களின் துயரங்களை, தேவைகளை உருக்கமாகக் கூறியது. விடுதலை, சமத்துவம், ஒற்றுமை, பெண் நலம் என்பனவற்றைப் பிரச்சாரம் செய்யும் கருவியானது கலை.

வானத்தைப் பார்த்து விமோசனம் வருமா எனக் காத்துக் கிடந்த மக்களுக்கு மண்ணையும், காடுகளையும் காட்டித் தீர்வு உன்னிடமிருந்து, உன்னால் என்ற நம்பிக்கையூட்டினர். உள்ளூர் பிரச்சினை துவங்கி உலக நெருக்கடி வரை கலை வடிவாக்கியது. மக்கள் பாசிசக் கொடுமையையும், பட்டினி யின் காரணத்தையும் அறிய மேடை பள்ளியானது. சமூகப் பொருளாதார மாற்றத்திற்காக மக்களைத் திரட்டும் முக்கியத் துவக்கம் கலையே என்பதை ஜோஷி தெளிவாக உணர்ந்திருந்தார்.

1945 ஜனவரியில் நடந்த இப்டா மாநாடு ஒரு மைல் கல்லானது. அன்று மாலை 'இந்தியாவின் ஆன்மா' பாலே நிகழ்ச்சி ஒரு பெரும் நிகழ்ச்சியானது. ப்ரேம் தாவன் எழுதி பினோய் ராய், சாந்தி வரதன் இசையமைத்த அந்த நிகழ்வு அன்னிய ஏகாதிபத்தியக் கொடுமைகளையும், நிலப்பிரபுத்துவ அராஜகங்களையும், முதலாளித்துவத் தொழில்மயச் சுரண்டலையும் உணர்த்தியது. கொங்கணி மொழியில் பராகதா, மராட்டி நகைச்சுவை தமாஷா, குஜராத்தி பொம்மை வண்டி ஆகியன இப்டாவின் பரந்த

கலைத்தளத்தைக் காட்டின.

கே.ஏ.அப்பாஸ் எழுதிய ஜுபைதா, பால்ராஜ் சஹானியால் இயக்கப்பட்ட நாடகம் ஜோஷியை மிகவும் கவர்ந்தது. இதுபோல நாடகங்கள் அரங்கேற்றப்பட்டால் பம்பாய் முழுதும் இப்டாவின் இரசிகராகி விடும்" என்று புகழ்ந்தார். விடுமுறையில் வரும் கதாநாயகன், தனது காதலி ஜுபைதா காலராவினால் மரணமடைவதைக் காண்கிறான். அவளது இறுதி ஊர்வலத்தில் காங்கிரஸ்,

கம்யூனிஸ்ட்டு முஸ்லீம் லீக் என அனைத்து இயக்கங்களின் கொடிகளும் தாழ்த்தப்படுகின்றன. பார்த்துக் கொண்டிருந்த டாக்டர் மம்மூத் கண்ணீர் சிந்தினார். கடைசியில் இக்பாலின் இந்துஸ்தான் ஹமாரா உணர்ச்சிமயமாகப் பாட நாடகம் முடிகிறது. இளைஞர்கள் முந்திய தலைமுறையினரின் உன்னத வழிகாட்டலில் புதிய தலைமுறை நடைபோடுகிறது."

நான்கு புதிய வங்கமொழி நாடகங்கள் பிஜோன் பட்டாச்சாரியாவினால் எழுதப்பட்டன. 'நமன்னா புதிய அறுவடை' வங்கத்தின் விவசாயிகளின் அவல வாழ்வு, வங்கப் பஞ்சம் ஆகியன சித்தரிக்கப்பட்டன. பார்வையாளர்களும் நாடகத்தில் பங்கேற்கும் புதிய யுக்தி கையாளப்பட்டது. தொழிற்சங்கங்கள், விவசாய சங்கங்கள், எழுத்தாளர் சங்கங்கள், இந்துக் கலை முயற்சிக்குத் துணை நின்றன. கட்சி வேறுபாடின்றி அனைத்துக் கட்சியினரும் இப்டாவை ஆதரித்தனர்.

நேரு இப்டாவைப் பாராட்டி, "இப்டாவின் வளர்ச்சியில் நான் பெரும் ஆர்வம் கொண்டுள்ளேன். அது மக்களின் செயல்பாட்டிற்கும், பண்பாட்டுக்கும் பெரிதும் மதிப்பளிக்கிறது. நீங்கள் மக்கள் சார்பான செயல்பாட்டை விரும்புவதாக அறிகிறேன். மக்களுடன் உறவற்றது, வானத்தில் பறப்பதாகி விடும். சீனாவிலும், ஸ்பெயினிலும் கலை மக்களுடன் நெருங்கியதாக உள்ளதைக் காண்கிறேன். நாமும் அவ்வகையில் முயல வேண்டும். உங்கள் முயற்சி வெல்ல என் வாழ்த்துக்கள்" என்று எழுதினார்.

அகில இந்திய விவசாய மாநாடு டாக்காவில் நடைபெற்றது. இப்டா விவசாயிகளில் கலைஞர்களைத் தேட வேண்டியானது. இரண்டு வாரங்களில் ஆறு நாடகங்கள் தயாராகின. மூன்று கிராமப்புற மக்களாலேயே தயாரிக்கப்பட்டன. மீதி மூன்றும் மட்டுமே நகர்ப்புறவாதிகளின் தயாரிப்பு. பழமையின் சிறப்பை

விட்டு விடாமல், புதுமையின் அழகைப் பயன்படுத்திக் கொள்ள வேண்டுமென்பது ஜோஷியின் கருத்து.

கடந்த கால வரலாறு, கலை, மரபுகளைப் புதிய தேவைக் கேற்பப் பயன்படுத்திக் கொள்வது அவசியம். நாட்டுப்புறக் கலை, இசை, நடனம் போன்றவற்றின் மீதான ஆர்வம் மக்கள் மீதான அன்பின் வெளிப்பாடே. ஜோஷி, சந்திக்கும் ஒவ்வொரு தோழரையும் ஈர்த்து, ஈடுபாடு கொள்ளச் செய்யும் ஆர்வம் மிக்கவர்.

இப்டாவிற்கு அடித்தளமிட்டதலும், கம்யூனிஸ்ட்டு கட்சியின் முதல் மாநாடும் ஒரே சமயத்தில் அமைந்தது வெறும் அசந்தர்ப்ப நிகழ்வல்ல என்பது ஜோஷியின் பரந்த பார்வையை உணர்ந்தோர்க்குத் தெரியும். கம்யூனிஸ்ட்டு கட்சியின் முதல் மாநாடு பம்பாயில் 1943 ஜுன் முதல் ஜுலை 1 வரை நடந்தது. இப்டாவின் முதல் மாநாடும் 1943 ஜுன் 25ல் நடைபெற்றது. மாநாடு நாடு தழுவிய பங்கேற்பாளர்களுடன் சிறப்பாக நடைபெற்றது. ஜோஷி அரசியல் அறிக்கை சமர்ப்பித்தார். உலகம் போர் முனையில் நின்று கொண்டிருந்தது. பாசிசம் உலகையே அச்சுறுத்திக் கொண்டிருந்தது. செய் அல்லது செத்து மடி என்ற முழக்கத்துடன் வெள்ளையனே வெளியேறு போராட்டத்தை காந்தி துவக்கியிருந்தார். சோவியத் யூனியனை ஜெர்மனி தாக்கியவுடன் இந்தியக் கம்யூனிஸ்ட்டு ஆட்சி மக்கள் யுத்தம் என்று அறிவித்து, பிரிட்டீஷ் அரசுக்கு ஆதரவாகச் செயல்பட்டது. கட்சியின் பொதுச்செயலாளருக்கு அச்சூழல் பெரும் சோதனையாக இருந்தது. மக்களுக்கு அரசியலைக் கற்றுக்கொடுப்பதும், விழிப்புணர்வூட்டுவதும் கட்சியின் முக்கியக் கடமையாக இருந்தது. மக்களைத் திட்டுவது, இயக்கத்தை வளர்ப்பது ஆகியவற்றில் புகழ் பெற்றவராக ஜோஷி திகழ்ந்தார். வெள்ளையனே வெளியேறு போராட்டத்தில் கலந்து கொள்ளாததால் கம்யூனிஸ்ட்டு கட்சி புகழ் மங்கிக் கிடந்தபோதும், ஜோஷி நாட்டின் சிறந்த அறிஞர்கள், கலைஞர்களிடம் கட்சியின் நிலைபாட்டின் நியாயத்தை விளக்கி, அவர்களைக் கட்சியின் அனுதாபிகளாக்கியிருந்தார்.

புகழ்பெற்ற எழுத்தாளர் ராகுல் சங்கர்த்தியாயன் கட்சியின் உறுப்பினரானார். கேரளக் கவி வல்லத்தோல், மக்தூன் மொஹைதீன், மிஷ்னுடே, பினாய் ராய், சச்சின் சங்கர், ப்ரேம் தவான், கைபீ அஸ்மி, அலி சர்தார் ஜாபிரி, சஜாத் ஜாகிர், சிட்டா பிரசாத் போன்ற புகழ் வாய்ந்த மனிதர்கள் கட்சியின் அனுதாபிகளாக ஆதரித்தனர்.

வளர்ச்சியின் காலம்

நெருக்கடிகளிடையிலும் கட்சி வளர்ந்தது. கட்சி உறுப்பினர் எண்ணிக்கை 1943—ல் இரு மடங்கு அதிகமானது. 9219 முழு உறுப்பினர்கள் இருந்தனர். 8816 துணை உறுப்பினர்களிருந்தனர். முழுநேர ஊழியர் 2000 பேர் இருந்தனர். 1,97,629 தொழிற்சங்க உறுப்பினர்களும், 2,81,109 விவசாய சங்க உறுப்பினர்களும், 28,822 மகளிர் சங்க உறுப்பினர்களும், 6400 சிறுவர் அணி உறுப்பினரும் இருந்தனர். 'பீப்பிள்ஸ் வார்' என்ற கட்சி பத்திரிகை விற்பனை 124% உயர்ந்தது. ஐந்து மொழிகளில் வெளியானது. பிறகு 11 இந்திய மொழிகளில் 65000 பிரதிகள் வெளியாயின. 26 சிறு வெளியீடுகள் வெளியிடப்பட்டன. கட்சி, நாட்டுப் பற்றாளர்களின் சங்கமமாக வளர்ந்தது.

முதல் கட்சிக் காங்கிரசில் மாபெரும் கலை நிகழ்ச்சிகள் நடந்தன. 1936 முதல் 43 வரை ஜோஷி கட்சியின் பொதுச் செயலாளராக இருந்தார். கட்சியை ஒரு தேசியக் கட்சியாக வளர்த்தார்.

போர்க்கால நெருக்கடியான சூழலையும் மீறிக் கட்சி வளர்ந்தது. தனிமைப்பட்டு நின்ற நிலை மாறி பஞ்ச நிவாரணம், உதவிப் பணிகள் என மக்களுடன் இணைந்து செயல்பட்டது. சாலை அமைத்தல், குளம் வெட்டுதல், விவசாயிகள் கூட்டுச் செயல்பாடு, உணவு ரேஷன் வழங்கல் போன்ற நாட்டு நலப் பணியில் கட்சி ஈடுபட ஜோஷி ஊக்கமளித்தார்.

ஜோஷியுடன் நெருங்கிப் பணியாற்றிய சுபத்ரா பானர்ஜி "மக்களை ஈர்க்கும் அற்புத ஆற்றல் கொண்டவர். கட்சியில் ஈடுபாடு கொள்ளச் செய்வார். கவிஞர்கள், எழுத்தாளர்கள், அறிஞர்கள், ஓவியர்கள் என அனைவரையும் கட்சியில் ஈடுபாடு கொண்டவர்களாக்கினார். இது கட்சிக்குப் பெரும் வலிமை தந்தது. நாட்டு விடுதலைக்கான போராட்டகளத்தில் தனிமைப்பட்டு நின்ற கம்யூனிஸ்ட்டு கட்சியை தேசிய அரங்கில் முக்கியத்துவம் பெறச் செய்தார்" என்று எழுதுகிறார்.

கட்சி உறுப்பினர், அனுதாபிகளின் சிறப்புத் தகுதி என்ன என்பதைக் கணிக்கும் ஆற்றல் கொண்டவர். அவற்றைக் கட்சி நலனுக்கென சிறப்பாகப் பயன்படுத்திக் கொள்வார். நாட்டின் பல பகுதிகளிலுமிருந்த திறமை மிக்க இளைஞர்கள் கட்சிக்குள் வந்தனர்.

சிட்டோ ப்ரசாத் எனும் இளம் கலைஞர் சிட்டகாங்கைச்

சேர்ந்தவர். அழகிய சுவரோவியங்கள், சுவரொட்டிகள் வரையும் திறமை கொண்டவர். போஸ்வானிசென் வங்கக் கட்சியின் செயலர் அவரது அழகிய நவீன சுவரொட்டி ஓவியங்களை வைத்திருந்தார். அவர் அவற்றை பி.சி.ஜோஷிக்கு அனுப்பினர். உடனே ஜோஷி சிட்டோவைப் பிடித்து பம்பாய்க்கு அனுப்பக் கட்டளையிட்டார். கட்சி அலுவலகத்தில் சிட்டோவின் ஓவியங்களைக் காட்சிப் படுத்தினார். பெஷ்வாட விவசாயி மாநாட்டிற்கு சற்று முன் சிட்டோ பம்பாய் வந்து சேர்ந்தார். அதேவேளையில் சிட்டே வந்து சேர்ந்தார். கூடவே சுனில் ஜானா என்ற புகைப்படக் கலைஞரும் கல்கத்தாவிலிருந்து வந்துசேர்ந்தார். சிட்டாவின் விளோகட் ஓவியங்களும், சுனிலும் புகைப்படங்களும் பம்பாயைக் கலக்கின. வங்கப் பஞ்சம், விவசாயிகள் துயரம், பெண்கள், குழந்தைகளின் அவதி என்பன உலக அனுதாபம் பெற்றன. கட்சியின் நிலைபாடு நாட்டுக்கு எதிரானது என்று நினைத்தோரும் கட்சியின் மக்கள் நேயச் செயல்பாட்டை வியந்து போற்றினர். ஆனால் கட்சிக்குள் ஜோஷி வெறும் சீர்திருத்தவாதி, புரட்சிக்காரரல்ல என்று சிலர் முனகினர். எனினும் பெரும்பான்மைத் தோழர்கள் ஜோஷியால் உத்வேகம் பெற்றுச் செயலாற்றினர். கட்சி வளர்ந்தது.

கையூர் தியாகிகள் தூக்குமர நிழலிலும் ஜோஷியைக் காணவேண்டும், பேச வேண்டுமென விருப்பம் தெரிவித்தனர். 1943 மார்ச் 23 அன்று கண்ணூர் சிறையில் நான்கு இளம் விவசாயத் தோழர்கள் தூக்கிலிடப்பட்டனர். நிலச்சுவான் களுக்கு எதிரான போராட்டத்தைக் காங்கிரஸ் கட்சியுள் காங்கிரஸ் சோசலிஸ்ட் கட்சியெனச் செயல்பட்டு வந்த கம்யூனிஸ்ட்டு தோழர்கள் நடத்தினர். போரைத் தொடர்ந்து பிரிட்டீஷ் அரசு விவசாயிகளை மிகவும் நெருக்கியது. கையூரில் போலீஸ் விவசாயிகளைத் தாக்கியதை எதிர்த்து 1941 மார்ச் 28 அன்று ஊர்வலம் நடத்தினர். ஒரு இஸ்லாமிய விவசாயப் பெண்ணிடம் போலீஸ்காரர் மோசமாக நடந்து கொண்டார். இதனால் ஏற்பட்ட மோதலில் போலீஸ்காரர் கொல்லப்பட்டார். குன்னாம்பு, சிறுகண்டன், அப்பு, அபூபக்கர் எனும் நால்வர் இதற்காகத் தூக்கிலிடப்பட்டனர். ஜோஷி அவர்களைத் தூக்கிலிடும் முன் சிறைக்குச் சென்று அவர்களையும், அவர்களது பெற்றோரையும் பார்த்துத் தமது வீர வணக்கத்தைத் தெரிவித்தனர். அவர்களின் தியாகத்தில் தன்னை இழந்த ஜோஷி அவர்களைப் பற்றி ப்யூப்பிள்ஸ் வாரில் ஓர் அற்புதமான கட்டுரையை எழுதினார்.

கையூர் தியாகிகள் வாடாத மானுட மலர்கள்

.....அவர்களுக்கு இந்தி தெரியாது. ஆங்கிலம் தெரியாது. எனக்கோ அவர்களின் தாய்மொழி மலையாளம் தெரியாது. தோழர் கிருஷ்ணன்பிள்ளை எமக்கிடையே மொழிபெயர்ப்பாளராகி உதவினார். அவர்களின் பேச்சைக் கேட்டு என் கண்களில் கண்ணீர் வழிந்தோடியது. வார்த்தைகள் வராமல் என் நா தடுமாறியது. நான் உணர்ச்சிப் பிழம்பாக மயங்கிப் போனேன். நான் கட்சியின் சார்பாக எனது அன்பையும், வணக்கத்தையும் அவர்களுக்குச் சமர்ப்பித்தேன்.

"தோழர்களே உங்களைத் தன்னுடன் பெற்றதற்கு கட்சி பெருமிதம் கொள்கிறது. நாங்கள் பலமற்ற சிறு குழுவாக இருந்தபோது நீங்கள் எம்முடன் வந்தீர். நாம் இப்போது வளர்ந்து பெருகியுள்ளோம். கம்யூனிஸ்ட்டு கட்சியில் உள்ள 17,000 தோழர்களும் நீங்கள் பெருமையுடன் ஏந்திய பதாகையை உயர்த்திப் பிடித்து உறுதிமொழியேற்கிறோம். நீங்கள் வீரத்துடன் போராடிய போர்க்களத்தில் நாங்கள் வீரமுடன் தொடர்ந்து போராடுவோம்.

நீங்கள் ஒரு மகத்தான இலட்சியத்திற்காக உங்களது இன்னுயிரைத் தருகிறீர்கள். நாட்டின் விடுதலை, மக்களின் வளமான நல்வாழ்வு, உலகின் உன்னத எதிர்காலம் இவையே நீர் ஏற்ற இலட்சியங்கள். உலகின் நீதிக்கான உமது இலட்சியம் ஈடேறும் நிச்சயம். அவற்றின் வெற்றிக்கு உமது உயிரையே உரமாக வழங்கினீர். உங்கள் இலட்சியக் கனவு சாகாது. நாங்கள் அவற்றை ஏற்று ஈடேற்றுவோம்.

எங்களது அன்புத் தோழர்களே! உங்கள் இழப்பு நமது கட்சியின் பேரிழப்பு. உங்கள் இலட்சிய தாகம் கொண்ட செயல்பாடே நமது கட்சியின் வெற்றிக்கு அடித்தளம். நீங்கள் மலபார் கட்சியில் சேர்ந்த வேளையில் அது ஒரு சின்னஞ் சிறு குழுவே. இன்று நாம் தவிர்க்க முடியாத ஒரு மாபெரும் அரசியல் சக்தியாக வளர்ந்துள்ளோம். இந்தியாவின் உன்னத இளைஞர்கள் யாவரும் நம்மை நோக்கி வருகின்றனர். எங்கெல்லாம் நம் கட்சியின் குரல் ஒலிக்குமோ, அங்கெல்லாம் உங்கள் தியாக நாமங்கள் ஒலிக்கும். உங்கள் உடலும் உதிரமும், உயிரும் கலந்த இக்கட்சி இனி காலங்களில் வரும் இளைஞர்களுக்கு உத்வேகமூட்டும் மந்திரமாகும்.

கட்சி இன்று உங்களை இழக்கிறது. ஆனால் நமது தியாகத்தின் பட்டியல் நீள்கிறது. உங்களை அவர்கள்

இன்று தூக்கிலேற்றலாம். நாங்கள் இங்கே தடுக்க முடியாது. தவிர்க்கலாம். உங்கள் இலட்சியச் சுடரால் புதிய தீபங்களை ஒன்றுக்கு நூறாக, ஒன்றுக்கு ஆயிரமாக ஏற்றுவோம்.

இந்த இலட்சியச் சுடர் என்றும் ஒளி வீசும். இதை யாராலும் தடுக்க முடியாது. நாங்கள் வெல்வோம். உங்கள் புனித நாமங்களை உச்சரித்து நாங்கள் வெல்வோம்.

குகாம்பு முதலறையிலிருந்து பேசினார், "கட்சியே எங்களை மக்களுக்காக உழைக்கும் மனம் கொண்டவர்களாக்கியது. நான் என் கடமையைச் சரியாகச் செய்தேன் என்று கட்சி அங்கீகரித்தால் போதும். அதுவே என் விருப்பம்."

அப்பு, "நீங்கள் கட்சிபலம் பெற்று வளர்கிறது என்று சொன்னது எமக்கு நம்பிக்கையும், மகிழ்ச்சியையும் ஊட்டு கிறது. நாங்கள் மிகுந்த மனநிறைவுடன் தூக்குக் கயிற்றை முத்தமிடுகிறோம். நாங்கள் இந்த நாட்டின் விடுதலைக்காகவும், மக்களின் மகிழ்ச்சிக்காகவும் போராடவும், மரணிக்கவுமே கட்சியில் சேர்ந்தோம்" என்றார்.

சந்திரகாந்தன், "நாங்கள் நான்கு விவசாயிகள். இந்தியாவில் இலட்சக்கணக்கான விவசாயிகள் உள்ளனர். எங்களைத் தூக்கி விடலாம். அவர்களை என்ன செய்ய முடியும்? அவர்களை அழிக்க முடியாது. அந்த நம்பிக்கையே எம்மை வாழ்விக்கிறது. ஆயிரக்கணக்கானவர்கள் எமக்குக் கடிதம் எழுதுகின்றனர். அவர்களுக்குத் தொண்டாற்ற இன்னும் சில காலம் வாழ முடியவில்லையே என்ற எண்ணமே எங்களை வாட்டுகிறது. வேறு வருத்தமேதுமில்லை. மீண்டும் மீண்டும் இம்மக்களுக்காகப் பாடுபடப் பிறப்போம்" என்றார்.

அபூபக்கர் கடைசி அறையிலிருந்தார். "நம் தியாகிகள் நமக்கு உணர்வூட்டுகின்றனர். நாங்களும் அந்த உன்னதத் தியாகிகளில் ஒருவராகப் போகிறோம் என்பதைப் போன்ற பெருமைக்குரியது வேறெதுவுமில்லை. என் தாய் முதியவள். அவளுக்கு நம்பிக்கையூட்டுங்கள். ஆறுதல் கூறுங்கள். என் சகோதரர்கள் மிகவும் இளையவர்கள். அவர்களைப் படிக்க வையுங்கள். அவர்களையும் கட்சிப் பணிக்குப் பயிற்றுவியுங்கள். அவர்களைக் காத்து வளர்க்க எவருமில்லை."

ஜெயிலர் நேரம் கடந்து விட்டது என்றார். நான் அவர்களுடன் கைகுலுக்க அனுமதி கேட்டேன். அவர் ஒப்புக்கொண்டார்.

கையூர் தோழர்கள் பி.சி.ஜோஷி ஜிந்தாபாத். கம்யூனிஸ்ட்டு கட்சி ஜிந்தாபாத் என்று முழக்கமிட்டபடி தூக்குக் கயிற்றை முத்தமிட்டனர். அவர்கள் நினைவாக கையூர் உறவுகள் என்ற பாடல் நாடு முழுதும் பல்வேறு மொழிகளில் பாடப்படுகிறது.

நமது உன்னத இலட்சியங்கள், அணையாத தீபங்கள், நம்மீதான அடக்குமுறைகளால் நாம் வீழ்வதில்லை. மடிவதில்லை. நாம் துணிந்து எழுவோம். விதைகளைப் போல வீறு கொள்ளுவோம். தியாகிகள் சுவடின்றி மடிவதில்லை, புதிய சக்தியுடன் மீண்டும் எழுகிறோம். கம்யூனிஸ்டுகள் மடிவதில்லை. விதைக்கப்படுகிறார்கள். இதைவிட உன்னத மரணம் வேறேது கம்யூனிஸ்ட்டுகளுக்கு?

உங்கள் குடும்பங்கள் உங்களை இழந்து தவிக்கிறது. நீங்கள் கட்சியில் சேர்ந்தபோது நமது மக்களைப் பெற்றோராகவும், சகோதரராகவும் ஏற்றுக் கொண்டீர்கள். எந்த இந்தியத் தாயும், தந்தையும், சகோதரியும் துன்பம் கொள்ளக் கூடாது என்பது உங்கள் இலட்சியமானது. நாங்கள் 17000 தோழர்களும் உங்கள் குடும்பத்தை எமது போல எண்ணிக்காக்க உறுதியேற்கிறோம். இக்கட்சி எங்கள் பிள்ளைகளின் கட்சி என்று உங்கள் பெற்றோர் உணரும் வண்ணம் அவர்களைக் காப்போம். இனிக் கட்சியின் ஒவ்வொரு தோழரும் அவர்களது பிள்ளைகளே.

உங்களைச் சந்தித்த அந்த நாள் என் வாழ்வின் மிக உன்னதமான புனித நாள். நீங்கள் உங்கள் உயிரினும் மேலாக நேசித்த கட்சியின் மேலான அன்பை நான் உங்களுக்குச் சமர்ப்பிக்கிறேன். நான் உங்களைச் சந்தித்தபின் உங்கள் பெற்றோரைச் சந்திக்க உங்கள் கிராமத்திற்குச் செல்கிறேன். உங்களைச் சந்தித்ததை, உரையாடியதை, உங்களின் அன்பை அவர்களுக்குத் தெரிவிப்பேன்.

“அவர்களுக்கு நம்பிக்கையூட்டுங்கள், எங்களைப் பற்றிய கவலை வேண்டாமெனச் சொல்லுங்கள்” என்றனர் அவர்கள்.

“வேறு எதுவும் சொல்ல வேண்டுமா?”

“நீங்கள் நாங்கள் நினைத்ததை, எதிர்பார்த்ததையெல்லாம் பேசி விட்டீர்கள்.”

“ஜெயிலர் தனது கடிகாரத்தைப் பார்க்கிறார். நேரம் நெருங்கிவிட்டது. நான் விடை பெற வேண்டிய வேளை இது.”

ஜோஷி விவசாய அரங்கை வளர்ப்பதில் மிகுந்த அக்கறை கொண்டிருந்தார். பஞ்சத்தால் சீர்கெட்டுக் கிடந்த வங்கத்தில் விவசாய அரங்கைக் கட்டுவதற்கு முதன்மை இடம் தந்தார். ஒன்பதாவது விவசாய சங்க மாநாடு வங்கத்தில் மைமைன்சில் மாவட்டத்தில் நடைபெற்றது. முழுமையான ஈடுபாட்டுடன் விவசாய அரங்கை வலிமைப்படுத்த வேண்டுமென்றார். கட்சியின் வலிமையில் மூன்றில் ஒரு பங்கு விவசாயிகளின் பங்களிப்பே. இந்துக்களிலும், முஸ்லீம்களிலும் விவசாயிகளே பெரும்பான்மையினர். நாட்டில் வறுமைப்பட்டு, அடித்தட்டில் கிடப்பவர்களும் விவசாயிகளே. மாநாட்டில் பெண்கள் பெருமளவில் பங்கேற்றனர்.

தாய்மைத் தலைமை

“காங்கிரஸ், முஸ்லீம் லீக் மாநாடுகளில் இந்த அளவுப் பெரும்பான்மைப் பெண்களைக் காண முடியவில்லை. பத்தில் ஒருவர் பெண்ணாக இங்கு உள்ளனர். பெண்கள் முன்னணியில் நிற்கும் எந்தப் போராட்டமும், இயக்கமும் தோல்வி காண முடியாது” என்று உரையாற்றினார்.

ஆனால் மாநாட்டின் செயல்பாட்டில் ‘ப்யூப்பிள்ஸ் வார்’ இதழ் சில குறைகளைக் கண்டு குறிப்பிட்டனர். மத்தியதர வர்க்கப் பெண்கள், மாநாட்டின் செயல்பாடுகளில் கவனம் செலுத்தாமல் பேசிக் கொண்டிருந்தனர். ஜோஷி அதைப் பெரிதுபடுத்தாமல் அதற்கு ஆதரவாகப் பேசினார்.

“இந்தக் காலகட்டத்தில் இத்தனை பெண்கள் வீட்டை விட்டு வெளியே வந்திருப்பதே பெரிய விஷயம். எனவே இந்தச் சிறு குறையைப் பெரிதுபடுத்தி அவர்களைச் சோர்வுறச் செய்துவிடக் கூடாது. விவசாய, ஹரிஜனப் பெண்களுடன் அவர்கள் ஒன்றாக அமர்ந்திருப்பதே பெரியதாகும். இத்தகைய ஏற்றதாழ்வற்ற சங்கமம், வங்கத்தில் முன்னெப்போதாவது நிகழ்ந்ததுண்டா? நமது பேச்சு எளிமையானதாக, அவர்களுக்குப் புரிவதாக இல்லை. அதனால்தான் இந்தச் சலசலப்பு, கலைநிகழ்ச்சி துவங்கட்டும். அவர்கள் எத்தனை உற்சாகமாகப் பங்கேற்கிறார்கள் பாருங்கள்” என்று நம்பிக்கையுடன் பேசினார்.

ஹரிஜனப் பெண்களை ஜோஷி மிகவும் பாராட்டினார். அவர்கள் மழை பெய்த போதும் கலைந்து ஓடாமல், தலைவர்கள் பேசுவதைக் கவனமுடன் கேட்டனர். மாநாட்டின்

உணவுத் தயாரிப்பிற்கு மாறி மாறிச் சென்று உதவினர். ஒரு 80 வயது முதிய ஹரிஜன மாது இரத்தம் கசியும் தனது பாதங்களை ஆற்றில் கழுவிக் கொண்டிருந்தார். அருகிலிருந்த ஒருவர், "இத்தனை கஷ்டப்பட்டு மாநாட்டுக்கு வந்திருக்க வேண்டுமா?" என்று கேட்டார். அதற்கு அப்பெண், "எங்கள் கிராமத்தில் மூன்று மாதமாக மாநாடு பற்றிய பேச்சு. எங்கள் பையன்கள் அரிசி, பருப்பு, காய்கறி சேமித்துக் கொண்டிருந்தனர். நான் எப்படி இதற்கு வராமலிருக்க முடியும்?. எத்தனை பெரிய மக்கள் கூட்டம்? செத்தாலும் என் மக்களுடன் சாவதுதானே சிறப்பானது" என்று கூறினார்.

மக்கள் மொழியில் பேசு

நாட்டின் அனைத்துப் பகுதியிலிருந்தும் இலட்சத்திற்கு மேற்பட்ட விவசாயிகள் இரயில், பஸ் எனப் பல வழிகளில் வந்து கூடியிருந்தனர். பலர் இரயிலின் கூரை மீதும் பயணித்து வந்திருந்தனர். சுந்தரைய்யா, பக்கிம் முகர்ஜி, அப்துல்லா ராசூல், பருலேகர் முகபர் அகமத், பவானி சென் எனப் பல்வேறு விவசாயத் தலைவர்கள் மேடையை அலங்கரித்தனர். ஜோஷி மக்களிடம் எத்தனை புகழ் பெற்றவராக உள்ளார் என்பதற்கு மாநாடு சாட்சியானது.

ஜோஷி ஒரு பெரிய மனிதர். ஆனாலும் அவர் நாங்கள் புரிந்து கொள்ளும் வகையில் எளிமையாகப் பேசுகிறார். அவர் புரியாத அரசியல் மொழியில் பேசுவார் என்றே நினைத்தேன். அவர் வங்காளியுமல்ல, எனினும் எப்படி அவர் இந்த வங்க கிராமத்தை மாநாட்டிற்குத் தேர்வு செய்தார்? அவர் நிலச்சுவான்கள் பற்றியும், கள்ள வணிகப் பதுக்கல்காரர்கள் பற்றியும் கூறியது நூற்றுக்கு நூறு சரியானது. அவர் சொன்னபடி நாங்கள் செயல்பட்டால் எங்கள் துயர மெல்லாம் பறந்தோடி விடும்" என பங்கேற்ற ஒரு விவசாயி கூறினார்.

இரண்டாம் உலகப் போர் முடிந்தது. அடுத்த தேர்தல் 1945ல் என அறிவிக்கப்பட்டது. புதிய அரசு பின் அமையும் என்று அறிவித்த வேவல், சுதந்திரம் வழங்கப்படும் என்பதைக் குறிப்பிடவில்லை. அரசியல் கட்சிகள் தேர்தல் பிரச்சாரத்தில் ஈடுபடத் துவங்கி விட்டன. ஜோஷி கட்சியின் தேர்தல் அறிக்கையைத் தயார் செய்து, பிரச்சாரத்திற்கும் திட்டமிட்டார். கம்யூனிஸ்ட்டு கட்சி எந்தக் கட்சியையும் குறைகூறிப் பிரச்சாரம்

செய்யாது. தனது கட்சியின் கொள்கைத் திட்டங்களையும், உண்மையை மட்டும் பிரச்சாரம் செய்யும் என்றார்.

"இந்தியாவின் முக்கியக் கட்சிகள் ஒன்றை ஒன்று குறை கூறிக் கொண்டிருத்தல் விடுதலைக்கான வாய்ப்புத் தள்ளிப் போகக்கூடும். பிரிட்டீஷ் ஏகாதிபத்தியத்தின் கைகளை வலுப்படுத்தி, அவர்கள் இருப்பதை நீட்டிக்கவே உதவும்" என்று எச்சரித்தார்.

ஜோஷி நாடு முழுவதும் கட்சியின் பிரச்சாரத்திற்காகச் சுழன்று பயணித்தார். வெற்றி தோல்வி பற்றிக் கவலைப்படாமல் கட்சியின் நிலையை மக்களுக்கு உணர்த்தி, மக்கள் தொடர்பை வலுப்படுத்துவதே அவரது இலட்சியமாக இருந்தது. வங்கம் முழுதும் பயணித்துப் பிரச்சாரம் செய்தார். அஸ்ஸாமில் கட்சியின் விவசாயி அரங்கு வலிமை பெற்றிருந்தது. கட்சியின் தேசப்பற்று கொண்ட செயல்பாடு, பஞ்ச காலத்தில் மேற் கொண்ட துணிவான பதுக்கல் ஒழிப்புச் சாகசங்கள், பஞ்ச நிவாரணப் பணிகள் பற்றி நாடு முழுதும் பிரச்சாரம் செய்தார்.

எதிர் நீச்சல்

பீஹாரில் அவர் பல பலமான எதிர்ப்புகளைச் சமாளிக்க வேண்டியிருந்தது. ஒரு இரயில் நிலையத்தில் அவரை ஒரு பெரும் கும்பல் தாக்க வந்தது. "கம்யூனிஸ்ட்டுகள் தேசத் துரோகிகள், கம்யூனிஸ்ட்கள் ஒழிக பி.சி. ஜோஷி ஒழிக" என்று கோஷமிட்டுத் தாக்க வந்தனர். ஒரு சீக்கியத் தோழர் தனது வாளை உருவித் தாக்க வந்தவர்களை விரட்டியடித்தார். பெரும் எதிர்ப்புகளிடையிலும் கட்சிப் பிரச்சாரம் செய்தார்.

பீஹாரின் ஷேக்புராவில் அவர் மேற்கொண்ட பிரச்சாரம் அற்புதமான முன்மாதிரி. பிரிட்டீஷ் ஏகாதிபத்தியத்தின் கையாட்களான நிலச்சுவான்கள், ஜமீன்தார்களை எதிர்த்து மக்கள் போராட முன்வர வேண்டுமென்றார். ஜோஷி கவர்ச்சிகரமான பேச்சாளரல்ல. அவரது இயல்பான பேச்சு கிராமத்து மக்களைப் பெரிதும் ஈர்த்தது. கிராமப்புற மக்கள் கொடியேந்தி அவரை வரவேற்கத் திரண்டனர். கரங்களை உயர்த்திச் செவ் வணக்கம் கூறினர். தாரை தப்பட்டை முழங்கப் பெரும் வரவேற்புகள் கொடுக்கப்பட்டன.

உத்தரப் பிரதேசத்தில் பிரச்சாரத்தை முடித்து ஆந்திரா, சென்னனூர் ஆகிய பகுதிகளில் கட்சிக்கு எதிரான

அவதூறுகளை எதிர்த்துப் பிரச்சாரம் செய்யவேண்டியிருந்தது. கட்சி அலுவலகங்கள் தீயிடப்பட்டன. கட்சித் தோழர்கள் தாக்கப்பட்டனர். கட்சிப் பத்திரிக்கையைக் கூட விற்க முடியாதபடி எதிர்ப்பு பலமாக இருந்தது. நாட்டில் விவசாய சங்கங்கள் தாக்கப்பட்டன. அலுவலகங்கள் கொளுத்தப் பட்டன. தோழர்கள் தாக்கப்பட்டனர்.

இந்தத் திட்டமிட்ட தாக்குதல்களைக் கட்சி எதிர்கொள்ள வேண்டிய சூழல் வளர்ந்தது. கட்சியின் உண்மை நிலையை விளக்கி மக்களுக்குத் துண்டுப் பிரசுரங்களை வெளியிடக் கூறினார். பொய்ப் பிரச்சாரத்தை முறியடிக்க இதுவே வழியென்று உணர்வூட்டும் வாசகங்களுடன் ஓர் அறிக்கை வெளியிட்டார்.

“நமது தோழர்கள் தாக்கப்பட்டால், மக்களைத் துணைக் கழைக்க வேண்டும். துணிவுடன் எதிரிகளை எதிர்கொள்ள வேண்டும். பெண் தோழர்கள் தம்மைப் பாதுகாத்துக் கொள்வதற்கான அனைத்துப் பாதுகாப்பு முறைகளையும் கற்றிருக்க வேண்டும். நாம் வன்முறையில் ஈடுபடுவதைத் தவிர்த்து, மக்கள் பலம் கொண்டே எதிரிகளை வெல்ல வேண்டும்“ என்று வழிகாட்டினார்.

வெள்ளையனே வெளியேறு போராட்டத்தில் கலந்து கொள்ளாத கம்யூனிஸ்ட்டுகள் தேச துரோகிகள் என்று பிரச்சாரம் நிலப்பிரபுக்கள், பதுக்கல் பணக்காரர்களால் திட்ட மிட்டு நடத்தப்பட்டது. எனினும் மக்களைச் சுரண்டிய நில அதிபர்களுக்கு எதிரான போராட்டத்தை கம்யூனிஸ்ட்டுகள் தொடர்ந்தனர். வோர்லி பழங்குடி மக்களின் போராட்டம், மகாராஷ்டிரத்தில் கோதாவரி பாய் பருலேகர் எனும் தோழரால் சிறப்பாக நடத்தப்பட்டது. தானே பகுதியில் நிலவிய அடிமைத்தனத்தை எதிர்த்துப் பெண்ணான அவர் நடத்திய போராட்டம் சிறப்புமிக்கது.

பழங்குடிப் பெண்களை நிலச் சுவான்கள் தமது போகப் பொருளாகக் கருதினர். ஆண்கள் பண்ணை அடிமைகளாக்கப் பட்டனர். 1945ல் தானேவில் எழுந்த போராட்டம் பண்ணை அடிமை முறை ஒழிப்போம் என ஓங்கி ஒலித்தது. கோதாவரிபாய் காடு மேடு மலையெல்லாம் சுற்றிப் பழங்குடி மக்களை அவர்களின் விடுதலைக்காகத் திரண்டெழச் செய்தார். 1947 வரைத் தொடர்ந்த அப்போராட்டம் அடிமைப்பட்டுக் கிடந்த ஆதிவாசிகளுக்கு உரிமை உணர்வையும், விடுதலை வேட்கையையும் ஊட்டியது.

கோதாவரிபாய் அப்பகுதியில் நுழையக் கூடாதெனத் தடை விதித்தனர். அவர் அமைதி குலைக்கும் வகையில் பேசினார் எனக் கைது செய்தனர். இராணுவத்தை அனுப்பி அடக்க முயன்றனர். கடைசியாக ஒரோலிஸ் மக்கள் போராட்டம் வெற்றி பெற்றது. அரசு பின்வாங்கியது. இராணுவம் திரும்ப அழைக்கப்பட்டது. 1947 ஏப்ரல் 5 அன்று ஒராலிஸ் விவசாயிகள் நிலப்பிரபுக்களின் பிடியிலிருந்து விடுதலை பெற்றனர். அடிமை முறை ஒழிந்தது. கட்டாயமான பெண்கள் கற்பழிப்பு நின்றது. மக்கள் சுரண்டல் கொள்ளையர்களிடமிருந்து விடுதலை பெற்றனர். கோதாவரிபாய் போன்ற கம்யூனிஸ்ட்டுகளின் அர்ப்பணிப்புமிக்க சேவையால் நாட்டு விடுதலைக்கு முன் மக்கள் விடுதலை கிடைத்தது.

உழுபவனுக்கே நிலம்

அதுபோன்று வங்காளத்தின் 19 மாவட்டங்களில் மற்றொரு விவசாய எழுச்சி உண்டானது. டெப்ஹாகா இயக்கம், குத்தகைதாரர் உரிமைக்காக கம்யூனிஸ்ட்களால் நடத்தப்பட்டது. குத்தகைக்கு உழும் விவசாயிகளின் விளைச்சலில் மூன்றில் இரண்டு பங்கு உழுபவனுக்கும், ஒரு பங்கு நில உடமையாளருக்குமெனக் கேட்டும் போராடினர். டெப் ஹாகா எனில் மூன்றில் இரண்டு என்று பொருள். விவசாயிகள் தடியடியையும், துப்பாக்கியையும் சந்தித்தனர். எனினும் மக்கள் “நாங்கள் உயிரையும் தருவோம்“. ஆனால் விளைவித்த நெல்லைத் தரமாட்டோம்“ என முழக்கமிட்டனர். அரசின் கொடிய அடக்குமுறைகளை ஏற்றுக்கொண்டும், போராட்டம் ஓராண்டு காலம் தொடர்ந்தது. இறுதியில் அரசு விவசாயிகளின் நியாயமான வேண்டுகோளை ஏற்றது. எனினும் அதைச் சட்டமன்றத்தில் நிறைவேற்ற விடாமல் நிலப் பிரபுக்கள் தடுத்தனர். ஜமீன்தார் முறை ஒழிப்பது தள்ளிப்போனது. அரசின் நில வருமான அதிகாரியின் அறிக்கை, வங்கப் பஞ்சத்தின் கொடுமையை உணர்த்தியது. 75 லட்சம் விவசாயிகள் வாய்க்கும் வயிற்றுக்கும் போதாத வறுமையில் வாடினர். விளைவித்ததை நிலப்பிரபுக்களின் கிடங்குகளில் கொண்டு போய்க் கொட்ட வேண்டிய நிலையில் விவசாயிகள் வாழ்ந்தனர். ஏமாற்றும், சுரண்டலும் உழைப்பவர்களைச் சாகடித்தன. உணவு தானிய விலை வானத்தைத் தொட்டது. குத்தகைக்கு உழுதவர்கள் பட்டினியில் செத்தனர். அதுவரை விதியென்று ஒடுங்கிக் கிடந்த ஏழைகளைப் போராட்டம் எழுச்சியுறச் செய்தது.

ஜமீன்தார்களின் கிடங்குகளில் பதுக்கப்பட்ட நெல் வெளியே கொண்டு வரப்பட்டது. பட்டினி கிடந்த ஏழைகளுக்கு நியாய விலையில் விற்கப்பட்டது. டெபேகா போராட்டம் வங்கப் பஞ்சத்தில் பிறந்தது. நிலப் பிரபுத்துவ இருளிளிலிருந்து விவசாயிகள் விடுதலை வெளிச்சம் பெற்றனர்.

அன்றே தெலிங்கானா

அடுத்த மாபெரும் வரலாற்றுச் சிறப்புமிக்க போராட்டம் தெலுங்கானா போராட்டம், ஹைதராபாத் நிஜாம் பிரிட்டிஷ் ஏகாதிபத்தியத்துடன் கூட்டாக விடுதலையை எதிர்த்தார். இந்தியாவுக்கு இணையாக ஹைதராபாத் தனி மன்னர் அரசாகத் தொடரச் சதித்திட்டம் தீட்டினர். அதில் 40 விழுக்காடு பகுதி நிலச்சுவான்களின் பிடியில் இருந்தது. உழைப்புச் சுரண்டல், விளைந்ததைப் பிடுங்குதல், தாங்க முடியாத குத்தகை, கட்டாய உழைப்பு, பெண்கள் இழிவு, அடக்குமுறை, அராஜகம் என அத்தனை கொடுமைக்கும் விவசாயிகள் ஆளாகினர். 1944ல் பெஜ்வாடாவில் மகத்தான அகில இந்திய விவசாய மாநாடு நடத்தப்பட்டது. சுரண்டப் பட்ட விவசாயிகளின் உரிமைக்கான போராட்டம் துவங்கியது. தொழிற்சங்கம், மாணவர் மன்றம், இளைஞர் இயக்கம் என அனைத்தையும் துணைக்கு அழைத்தது கம்யூனிஸ்ட்டு கட்சி.

1945—ல் மக்கள் கட்டாய வரி விதிப்புக்கு எதிராகப் புரட்சிகரமாக எழுந்தனர். நிஜாமின் இராணுவமும், ரஜாக்கியர் கூலிப்படையும் மக்களைத் தாக்கின. இனி நிஜாமை ஒழிப்பதைத் தவிர வேறு வழியில்லை என்று மக்கள் முடிவு செய்தனர். கிராமம் கிராமமாகப் போராட்டம் நடந்தது. மக்களின் நீண்ட போராட்டம் துவங்கியது. ஆந்திர மகளிர் சங்கம் புதிய வலிமையுடன் எழுச்சி பெற்றது. 1943 செப்டம்பரில் பெண்களுக்கான ஆயுதப் பயிற்சி தரும் முகாம்கள் துவக்கப்பட்டன. அதுபற்றி கணேஷ் சுக்லா நினைவு கூர்கிறார்.

“ஜோஷி தெலுங்கானா ஆயுதப்புரட்சியின் எழுச்சிக்குப் பின்பலமாக நின்றார். போராளிகளுக்கான ஆயுதங்களை நாட்டின் பல்வேறு பகுதிகளிலிருந்து திரட்ட உதவினார். பல இராணுவ அதிகாரிகள் விருப்பத்துடன் ஆயுதங்களை வழங்கி உதவினர். இந்த இரகசியச் செயல்பாடு ஜோஷி, அதிகாரி என இருவரின் கட்டுப்பாடான வழிகாட்டுதலிலேயே நடந்தன”

என்று பதிவு செய்துள்ளார் சுக்லா.

1951—ல் நிஜாம் சரணடைய, ஹைதராபாத் இந்தியாவின் ஒரு பகுதியானது. நிஜாமின் தேச விரோதச் செயல்பாட்டைத் தடுத்து வெல்வதில் கம்யூனிஸ்ட்டுகளின் பங்கு அரசு அங்கீகாரம் பெறாத மகத்தான ஒன்றாகும்.

இக்காலகட்டத்தில் தொழிலாளர்களின் ஜனநாயக உரிமைகளுக்காகவும், நியாயமான கூலிக்காகவும் நாடு முழுவதும் மகத்தான போராட்டங்களை ஏஐடியூசி நடத்தியது. கல்கத்தா இரும்பாலையில் வேலைக் குறைப்பு நடத்தப்படுவதை எதிர்த்துக் கம்யூனிஸ்ட்டுகள் போராடினர். மேலும் ஹவ்ரா சணலாலை, கோலார் தங்க வயல், தபால் துறை, சென்னை கார்ப்பரேஷன், தென்னிந்திய இரயில்வே, கோவை ஜவுளி ஆலை போன்றவற்றில் 1946ஆம் ஆண்டுபரவலாக மாபெரும் வேலைநிறுத்தங்கள், போராட்டங்கள் தொழிலாளி வர்க்க எழுச்சியின் அடையாளமாக எழுந்தன. 1947—ல் நடந்த 1811 போராட்டங்களில் 18 இலட்சம் தொழிலாளர்கள் பங்கேற்றனர்.

1946—ல் நடைபெற்ற கப்பல் புரட்சி நாட்டையே குலுக்கியது. கம்யூனிஸ்ட்டு தோழர்கள், பிரிட்டீஷ் இந்திய ராயல் கப்பற்படையில் ஒரு கலவரத்தை பம்பாய் துறைமுகத்தில் துவங்கினர். 20,000 கப்பற் படையினர் 20 கப்பல்களில் மின்னல் வேக வேலைநிறுத்தத்தில் ஈடுபட்டனர். காங்கிரஸ், கம்யூனிஸ்ட்டு, முஸ்லீம் லீக் கொடிகள் புரட்சியின் அடையாளமாக்கி கப்பலில் ஒன்றாகப் பறக்க விடப்பட்டன. ஆயிரக்கணக்கான கொடிகள் இரகசியமாகக் கப்பல்களுக்கு முன்னரே அனுப்பப்பட்டன. கப்பற்படை எழுச்சியைத் தொடர்ந்து, பிரிட்டனுக்கு எதிராக நாடு முழுதும் ஒன்றுபட்டு நின்றது. நாடு முழுதும் மூன்று கட்சிக் கொடிகள், வீடுகள், அலுவலகங்கள், பொது இடங்களில் ஒற்றுமையின் அடையாளமாக ஏற்றப்பட்டன. பம்பாய் மக்கள் கப்பற்படை எழுச்சியின் ஆதரவாக எழுந்தனர்.

பம்பாய் முழுதும் தானாகவே வேலை நிறுத்தத்தில் ஈடுபட்டது. அரசு அப்பாவி மக்கள் மீது கண்மூடித்தனமாகச் சுட்டுப் பெரும் அச்சுறுத்தலை விதைத்தது.

"துப்பாக்கிச் சூட்டின் நடுவிலும் இளைஞர்கள் மக்களுக்கு உதவ ஓடினர். இந்தியா கேட் பகுதியில் மக்கள் பெருமளவில் திரண்டனர். ஜாதி, மதம், வயது, மொழி என அனைத்து

வேறுபாடுகளும் மறந்து போயின. உணவு, காய்கறி, பழங்களைக் கொண்டு வந்து கப்பலில் இருந்த வீரர்களுக்கு அனுப்பி வாழ்த்தினர். இந்திய இராணுவம் கூட இதைப் பார்த்துக் கொண்டு தடுக்காமல் நின்றது. கப்பற்படை வீரர்களுக்குத் தேவையான உணவை மக்கள் அனுப்பினர்" என்று 'பீப்பிள்ஸ் ஏஜ்' எழுதியது.

இந்திய இராணுவத்திலிருந்த சுபத்ரா ஜோஷி, கப்பற்படைப் புரட்சி பற்றி ஜோஷிக்கு ஆதாரமான தகவல்களைத் தந்தார். ஜோஷி, சுபத்ராவைப் பல தலைவர்களுக்கு அறிமுகம் செய்தார். சுபத்ரா தனது அனுபவத்தைப் பதிவு செய்துள்ளார்.

"மத்தியில் அமைந்த இடைக்கால அரசில் காங்கிரஸ் பங்கேற்றது. ஆட்சி மாற்றப் பணிகள் துவங்கியது. இந்திய இராணுவத்தைச் சீரமைப்பது பற்றிய கருத்து ஆராயப்பட்டது. ஜோஷி இவை பற்றியெல்லாம் கம்யூனிஸ்ட்டு பார்வையில் மாற்றுக் கருத்து அறிக்கை தயாரிக்க முயன்றார். பல்வேறு நபர்களுடன் பல பேச்சுவார்த்தைகள் நடத்தப்பட்டன. பல மாற்றங்கள் நிகழத் துவங்கின. எனவே நான் தயாரித்த அறிக்கை பெரும் பயன் தருவதாக அமையவில்லை" என்று எழுதினார்.

பாரத தரிசனம்

ஜோஷி மிகுந்த ஆழமான பார்வை கொண்டிருந்தார். ஜோஷி நாடு முழுதும் இரயிலில் மூன்றாம் வகுப்பில் பயணித்து, நாட்டின் உணர்வை நேரடியாக அறிந்தார். மக்களின் உணர்வு, விருப்பம், வாழ்முறை, பண்பாடு, கலை, இலக்கியம் ஆகியன குறித்த நேரடி அனுபவ அறிவைப் பெற முயன்றார். பழங்குடி மக்களையும் தேடிச் சென்று சந்தித்து உரையாடினார். கட்சியைப் பன்முகத் தன்மையுடன், நாட்டின் அனைத்துத் தரப்பு மக்களின் பங்கேற்புடன் வடிவமைக்க முயன்றார். 1947—ல் கட்சி சுமார் 80,000 தோழர்களைக் கொண்ட வலிமையான அரசியல் சக்தியாக எழுந்தது. அவரது பயணம் ஓர் அரசியல் பிரச்சாரமாகவே அமைந்தது.

மக்கள் நம்மைப் பற்றியும், நமது கட்சியின் கொள்கைகள் பற்றியும் அறியச் செய்வதற்கான வழி, மூன்றாம் வகுப்புப் பெட்டியில் பெரும்பான்மையினரான ஏழை மக்களுடன் பயணிப்பதே. அவர்கள் நம்மிடம் தயக்கமின்றிப் பழகிப் பல கேள்விகளைக் கேட்பர். அவர்களது கேள்விகளுக்குப்

பதில் தரும்போது நாம் பல உண்மைகளை அறிந்து தெளிவு பெறுகிறோம். பயணத்தில் எவரும் பேசாமல் இருப்பதில்லை. அது உணர்வுகளை அறியும் ஒரு வாய்ப்பாக அமைகிறது. கடலை, உணவு, தின்பண்டங்கள் விற்க வருவோர் கூடப் பல செய்திகளை, உண்மைகளை நமக்கு உணர்த்துவார்கள்."

ஜோஷி கட்சிக்கான மக்கள் ஆதரவு அணியை வளர்த்தார். கட்சி ஒரு புதிய சூழலை, புதிய உறவுகளைப் பெற்றது. மனிதநேயம் கொண்ட அனைவரையும் கட்சி அரவணைத்தது. கட்சியின் நிகழ்ச்சிகளில் பல புதிய கலைஞர்களும் அறிஞர்களும் பங்கேற்றனர். ஜோஷி புதிய கலாச்சார மறுமலர்ச்சியின் தூதுவரானார். அவரது பன்முக ஆற்றல் பார்ப்போரை வியக்கச் செய்தது. விவசாயிகள் பிரச்சனை, தொழிலாளர் போராட்டம், கலைஞர்கள் திறமை, அறிஞர்களின் சிந்தனை என அனைத்தையும் கட்சிக்குள் தடையின்றிப் பாயச் செய்தவர் ஜோஷி.

மக்கள் தொடர்பு, சமூக உறவு இவற்றின் கருவியாகக் கட்சிக்கு ஜோஷி புதிய வடிவம் கொடுத்தார். அவரது எளிய பேச்சு, இயல்பான எழுத்து நடை, இதழியல் திறன் ஆகியன அனைத்துத் தரப்பினரையும் கட்சியின்பால் ஈர்த்தது. தனிமைப்பட்டு, ஒதுக்கப்பட்டுக் கிடந்த சிறு எண்ணிக்கை யிலான கம்யூனிஸ்ட்டு கட்சியின், மனித நேயத்தை, செயல் ஆற்றலை, சர்வதேச அறிவுத் திறனை மக்களுக்கு உணர்த்தி, அதை ஒரு இலட்சம் உறுப்பினர்கள் கொண்ட வலிமை வாய்ந்த சமூகச் சக்தியாக மாற்றிய பெருமைக்குரியவர், ஜோஷி.

ஜோஷியும், தேசிய இயக்கமும்

நாடு மிகவும் நெருக்கடியான சூழலைக் கடந்து கொண்டிருந்த உலகப் போரின் காலத்தில் ஜோஷி கம்யூனிஸ்ட்டு கட்சியில் பொதுச் செயலாளர் பொறுப்பை ஏற்றார். சிறு குழுவாக இருந்த கட்சியை, தேசிய மதிப்பு மிக்க கட்சியாக மாற்றும் பெரும் பொறுப்பை அவர் நிறைவேற்றினார். ஜோஷி தேசியத் தலைவர்களில் ஒருவராக மதிக்கப்பட்டார். அப்பழுக்கற்ற தேச பக்தி, ஆழ்ந்த சர்வதேசப் பார்வை கொண்ட அவர் ஒரு சிறந்த தலைவராக ஏற்கப்பட்டார். வேறெந்தக் கம்யூனிஸ்ட்டு கட்சித் தலைவரும் இவரளவு தேசிய அங்கீகாரம் பெற்றவராக இல்லை. சோசலிசக் கருத்துக் கொண்டவர்கள் மட்டுமின்றி, கம்யூனிஸ்டுகள், காங்கிரஸ் சோசலிஸ்ட்டு கட்சியினர், காங்கிரசின் இடதுசாரிகள், புரட்சிக்குழுவினர் ஆகியோருடன் நட்புடன் பழகினர். அனைவராலும் மதிக்கத்தக்க அரசியல் நிலையைக் கட்சி பெற, ஜோஷி காரணமானார்.

ஜோஷியின் செயல்பாட்டைப் பல உள்நாட்டு மற்றும் உலக நிகழ்வுகள் பெரிதும் பாதித்தன. ஒருபுறம் நாட்டு விடுதலை எனும் தேசபக்திக் கடமை, மறுபுறம் பாசிசத்திலிருந்து உலகைக் காக்கும் மனிதகுலக் கடமை என இரண்டிற்கும் ஏற்ற செயல்பாட்டை வடிவமைப்பது பெரும் சவாலாக இருந்தது. பாசிசத்தின் மோசமான ஜனநாயகமற்ற சர்வாதிகாரப் போக்கு மனிதகுலத்தின் பெரிய ஆபத்து என ஜோஷி கருதினார். கம்யூனிஸ்ட்டு கட்சி தலைமறைவாகச் செயல்பட்டுக் கொண்டிருந்த காரணத்தால், தனது செயல்பாட்டின் நியாயத்தை மக்களுக்கு விளக்க முடியாமல் போனது. இதனால் கட்சி பற்றிய தவறானக் கருத்தும் வெறுப்பும் வளர்ந்தது.

டியோலி சிறையில் டாங்கே, அஜாய் ஜோஷி, ரணதிவே போன்றோர் இருந்தனர். அவர்கள் இரண்டாம் உலகப் போரை மக்கள் யுத்தம் என்று அழைத்தனர். நம்மை அடிமைப்படுத்தியுள்ள பிரிட்டிஷ் அரசின் இராணுவ நடவடிக்கைகளுக்கு நிபந்தனையற்ற ஆதரவு அளிக்க வேண்டும் என்றனர். ஜெர்மனி, சோவியத் யூனியனைத் தாக்கியதே இதற்குக் காரணம். ஆனால் ஜோஷி இதற்கு மாறான நிலையை மேற்கொண்டார். டியோலி அறிக்கைக்கும், ராயிஸ்ட் நிலைபாட்டுக்கும் வேறுபாடு எதுவும் எனக்குத் தெரியவில்லை என்றார் ஜோஷி. இட்லர் சோவியத் யூனியனுக்கு எதிராகப் போர் தொடுத்த பிறகும், போருக்கு எதிராகச் செயல்பட்ட காங்கிரஸ் தலைமையை டியோலி அறிக்கை கடுமையாக விமர்சித்தது. எனினும் பிரிட்டிஷ் கம்யூனிஸ்ட்டு தலைவர்கள் இந்த எதிர்ப்புக் குரலைத் தணிக்கச் சொல்லி அறிவுரை கூறினர். கட்சியின் மீதான உள்நாட்டு வெறுப்பு வளரும் என்றனர். பிரிட்டிஷ் ஏகாதிபத்தியம் நமது நெஞ்சின் மீது அமர்ந்து இருக்கையில் ஏகாதிபத்தியப் போர் என்ற நிலையிலிருந்து, மக்கள் யுத்தம் என்ற நிலைக்கு மாறுவது கடினமாக இருந்தது என்று ஜோஷி எழுதினார்.

“தோழர் அதிகாரி சர்வதேச நிலைபாட்டைக் கடுமையாக ஆதரித்தார். அவர் எளிமையானவராகவும், அதே சமயம் பாறை போலக் கடினமானவராகவுமிருந்தார். நான் அவரைப் பெரிதும் மதித்தேன். எனது நிலைபாட்டை வலியுறுத்த மிகவும் போராடினேன். ஆனால் கடைசியில் அவருடைய தீர்ப்புக்குத் தலைவணங்கிப் போக வேண்டியவனானேன்” என்று அன்றைய நிலை பற்றி எழுதினார்.

1941 நவம்பரில் ‘விடுதலை நோக்கி முன்னேறு’ என்ற தலைப்பில் கட்சியின் நிலைபாடு குறித்த அறிக்கை

வெளியிடப்பட்டது. அதை ஹன்ஸ்ராஜ் என்ற புனைப் பெயரில் பி.சி. ஜோஷி தயாரித்திருந்தார்.

"சிங்கப்பூரின் வீழ்ச்சி, பிரான்சின் வீழ்ச்சி போல முக்கியமானது. சிங்கப்பூரின் வீழ்ச்சி மாபெரும் அச்சுறுத்தலாக அனைத்து பாசிச எதிர்ப்பாளர் முன்னும் விஸ்வரூபமெடுத்து நின்றது. காலனியாதிக்க முடிவு, குறிப்பாக இந்திய விடுதலை, மிகவும் உடனடித் தேவையாகப் பட்டது. இந்திய விடுதலை என்பது இனி ஒரு கணமும் தள்ளிப் போட முடியாத அவசரத் தேவையெனத் தேச பக்தர்கள் உணர்ந்தனர். தென் பசுபிக் பகுதி ஜப்பானின் ஆதிக்கத்திலிருந்தது. எந்தக் கணமும் ஜப்பான் இந்தியாவைப் பிடித்து விடக் கூடும் என்ற நிலை இருந்தது என்று ஜோஷி அன்றைய நிலையைப் பற்றி எழுதினார்.

ஜோஷியின் அறிக்கை கட்சிக்குள் ஒரு வேதம் போல மதிக்கப்பட்ட போதும், பாசிஸ்ட்டு ஹிட்லருக்கு எதிராக மக்கள் யுத்தம் என்ற கருத்து பொதுமக்களால் சரியாகப் புரிந்து கொள்ளப்படவில்லை. ஜப்பான் வெற்றி பெற்று இந்தியாவை நெருங்கி வரும் வேளையில், புதிய சூழ்நிலைக்கேற்ற புதிய அறிக்கையைத் தயாரித்து, டியோனிச அறிக்கைக்கு மாற்றாகச் சமர்ப்பிக்க வேண்டுமென்று கட்டளையிடப்பட்டது. இதை அவர் தனது நிலைபாட்டுக்கு ஏற்ற மாற்றம் என ஏற்றார். நாட்டின் மனநிலைக்கு ஏற்ப, "நேசப் பாதுகாப்பு, தேச ஒற்றுமை, தேசிய அரசு" என்ற கோஷத்தை முன்வைத்தார். "இந்தியக் கம்யூனிஸ்ட்டு கட்சி — அதன் கொள்கை — செயல்பாடு — விடுதலைப் போரின் சூழலில்" என்ற ஜோஷியின் நூல் 1942 செப்டம்பரில் வெளியானது. அதில் —

"சோவியத் யூனியன் மீது ஜெர்மனி தாக்குதல் தொடுத்த பின் போரின் தன்மை மாறியது. அது மக்கள் யுத்தமானது. சோவியத் யூனியனின் வெற்றியால் உலகின் அடிமைப்பட்ட நாடுகள் யாவும் விடுதலை பெறுவது உறுதி செய்யப்படும். பிரிட்டிஷ் அமெரிக்க ஏகாதிபத்தியங்கள் பாசிச ஆபத்தை உணராதவையல்ல. அவர்களுக்கு இதை அனுமதிப்பது தவிர வேறு வழியில்லை. ஏனெனில் கிழக்கு ஐரோப்பா முழுதும் சோவியத் ஆதிக்கம் வளர்வதை எதிர்க்கப் பாசிசத்தை ஆதரிப்பது தவிர அவர்களுக்கு வேறு வழியில்லை. ஆனால் அவர்கள் மிகவும் ஆபத்தான விளையாட்டைத் துவங்கி விட்டார்கள். உலகம் முழுதும் மக்களின் எழுச்சிக்கு இது எதிரானது. சோவியத் யூனியனைப் பலியிட்டுத் தமது நலன்களைப் பாதுகாத்துக் கொள்ள நினைத்தனர்.

துரோகிகள் பட்டம்

பாசிசத்தை வலிமைப்படுத்தும் இச்செயலால், உலகப் போர் சோவியத் யூனியன் மீது தாக்கியது. பாசிசப் பிசாசைத் தாக்கி அழிக்க, பாசிச ஆதரவாளரை ஒழிக்க, உலகம் முழுதும் பாசிச எதிர்ப்பு மக்கள் அணியைத் திரட்டுவது தவிர்க்க முடியாத தேவையானது" என்று மாறிய நிலையை விளக்கினார்.

மேலும் புதிய நிலையை விளக்கி, "நாம் இனியும் இந்த உலகப்போர் பற்றிக் கவலைப்படாமலிருந்து கொண்டு இதை எதிர்த்து, நமது நாட்டின் விடுதலையைப் பெற முடியாது.

இது தற்கொலையாகி விடும். நாம் பிரிட்டீஷ் ஏகாதி பத்தியத்தை தாக்குவதற்கு பதில், ஜப்பானிய பாசிஸ்ட்டு களுக்குத் துணை புரிந்தவர்களாகி விடுவோம். பிரிட்டனின் காலனியாதிக்க நாடான நாம் போரிலிருந்து விலகி நிற்கவும் முடியாது. நடுநிலை என்பதும் ஆபத்தாக முடியும். பிரிட்டீஷ் ஏகாதிபத்திய ஆட்சிக்கு பதில் மோசமான ஜப்பானிய பாசிசம் நம்மை நசுக்கும். மோசமான ஜனநாயகமற்ற பாசிசத்தைச் சுமக்க நேரிடும்."

ஜோஷி ஜப்பானிய ஆபத்தைத் தெளிவாக விளக்கியதுடன், இரண்டு எதிரிகளையும் எதிர் கொள்ளும் யுக்தியைக் கூறினார். நமது இறுதி இலட்சியம் விடுதலையே என்பதில் அவர் தெளிவாக இருந்தார். 'தேக்க நிலையை உடை, தேசிய ஒற்றுமையை வளர், மக்களைத் திரட்டு' எனும் மூன்று முழக்கங்களைக் கம்யூனிஸ்ட்டு கட்சி நாட்டின் முன் வைத்தது.

"காங்கிரஸ், முஸ்லீம் லீக், தொழிற்சங்கம், விவசாயிகள், மாணவர்கள், என அனைத்து தரப்பினரையும் இணைத்த ஒரு பரந்த கூட்டணியை உருவாக்க கம்யூனிஸ்ட்டு கட்சி முயன்றது, காங்கிரஸ் நாட்டின் முதன்மை அரசியல் சக்தி. முஸ்லீம் லீக் இரண்டாவது பெரிய சக்தி. தொழிலாளர், விவசாயிகள் மாணவர் சங்கம், நாடு முழுதும் போராடும் மக்களின் பரந்த பிரதிநிதிகளைக் கொண்டிருந்தன. இவர்கள் ஒன்றுபடுவது இந்தியா முழுமையையும் ஈடுபடச் செய்வதாகும்.

ஒன்றுபட்டு மக்கள் யுத்தத்தை மக்கள் கைகளில் சேர்ப்போம்.

ஒன்றுபட்டு தேசிய அரசு, ஜனநாயகம், சுதந்திரம் ஆகிய வற்றிற்குப் போராடுவோம்.

ஒன்றுபட்டு மக்கள் நலனைக் காப்போம்.

ஒன்றுபட்டு மக்கள் யுத்தத்தில் வெல்வோம். இந்தியாவை விடுவிப்போம்.

இவை கம்யூனிஸ்ட்டு கட்சி முன்வந்த ஒற்றுமை முழக்கங்கள்".

கம்யூனிஸ்ட்டுகள் நாட்டு நலனுக்கு எதிராக பிரிட்டீசாருக்கு ஒத்துழைத்த துரோகிகள் என்று குற்றம் சாட்டப்பட்டனர். காங்கிரசின் பழமைவாத, தேசியவாத, வலதுசாரிகளுக்கு பட்டேல் தலைமை வகித்தார். ஜெயப்பிரகாஷ் நாராயண், பார்வர்ட் ப்ளாக், சோசலிஸ்ட்டுகள் இடதுசாரியினரை முன்நடத்தினர். பி.சி.ஜோஷி காந்திஜியைப் பலமுறை சந்தித்து தமது நிலைபாட்டை விளக்கி, ஆதரவு பெற முயன்றார். ஆனால் அவரை எவ்வழியிலும் ஏற்கச் செய்ய முடியவில்லை. இந்த 'காந்தி—ஜோஷி உரையாடல்' ஒரு சிறு நூலாக்கப்பட்டது. பல்வேறு மொழிகளில் மொழிபெயர்க்கப்பட்டு, நாடு முழுதும் விவாதிக்கப்பட்டது. மக்கள் யுத்தம் என்று கம்யூனிஸ்ட்டு கட்சி சொன்னதன் விளக்கத்தை அது நாட்டுக்கு அறிவிப்பதாக அமைந்தது. "மக்கள் யுத்தம் என்பது உலக மக்கள் அனைவரும் வேறுபாடின்றி ஈடுபடுவது" என்று ஜோஷி விளக்கினார். சுதந்திரம், ஜனநாயகத்திற்கான அணி, பாசிச சர்வாதிகாரம், ஏகாதிபத்தியச் சுரண்டல் இவற்றிற்கான அணி என இரு அணிகளாக உலகம் பிரிந்து நிற்கிறது என்றார்.

மக்கள் தமக்கான அணி எது என்பதைத் தேர்வு செய்ய வேண்டியவர்களாக உள்ளனர். யாருடைய வெற்றியைத் தமது வெற்றியென ஏற்பார்கள். இந்த முடிவில்தான் நாடுகளின், உலகின் எதிர்காலம் உள்ளது. பாசிஸ்ட்டுகள் வென்றால் ஒவ் வொரு நாடும் சர்வாதிகாரத்திற்கும், அடிமைத் தனத்திற்கும், சுரண்டலுக்கும் ஆளாகி விடும். உலகின் ஒட்டுமொத்த அடிமைத்தனத்தின் துவக்கமே பாசிசத்தின் வெற்றி.

ஜெர்மனி, ஜப்பான் பாசிசக் கூட்டணியைப் பிரிட்டீஷ் ருஷ்யக் கூட்டணி வென்றால், ஜனநாயகம் காக்கப்படும். கிக் கூட்டணியில் சேரும் ஒவ்வொரு நாடும் தனது சுதந் திரத்தைக் காத்துக் கொள்ளும். அடிமைப்பட்டுக் கிடக்கும் ஆசிய, ஆப்பிரிக்க நாடுகளின் நிலைதான் தடுமாற்றமாக உள்ளது. தன்னை எரித்துக் கொண்டு மக்கள் யுத்தம் என்று அடிமைப்படுத்தியுள்ள நாடுகளை ஆதரிப்பது எப்படி? எனவே சுதந்திரத்திற்கான புதிய யுக்திகள் தேவை.

அடிமைப்பட்ட நாடுகளின் தலைவர்கள், போரை எதிர்ப் பார்களானால், அது பாசிச சக்திகளுக்குத் துணையாகி விடும் ஒரு தற்கொலை முயற்சியே. இரண்டு அணிகளுக்குமிடையே உள்ள வேறுபாடுகளைத் தெளிவாக உணர்வது அவசியம். அதற்கு உதவும் வழியில் பாசிசத்தை எதிர்க்கும் முற்போக்கு சக்திகளை ஆதரிப்பதைத் தவிர, அடிமைப்பட்ட நாடுகளின் விடுதலைக்கான வேறு வழியெதுவும் இல்லை".

நீங்கள் எங்கள் தேசத்தின் தந்தை

இதுவே கம்யூன்ஸ்ட்டு கட்சியின் நிலைபாடாக ஜோஷி கூறினார். ஜோஷி மகாத்மா காந்தி மீது அளவற்ற மதிப்புக் கொண்டிருந்தார். ஆனால் கம்யூனிஸ்ட்டுகள் பற்றிய பல தவறான கருத்துக்கள் அவருக்குத் தரப்பட்டன. ஜோஷி அவற்றிற்கான விளக்கத்தைத் தந்து கம்யூனிஸ்ட்டுகளின் கணக்கு, தனி வாழ்வு, பொது வாழ்வு ஆகியன அவரது பார்வைக்குத் திறந்த புத்தகமாக வைக்கப்படுமென்று உறுதியுடன் கூறினார்.

"நான் உங்களை இந்த தேசத்தின் தந்தையென மதிக்கிறேன். நான் உங்கள் மீது கோபப்படுவது தேசபக்தியாகாது. நீங்கள் எம்மை இழிவுபடுத்தி, அவமானப்படுத்தும் போதும், நாங்கள் உங்களை மதிக்கிறோம்" என்று எழுதினார். மகாத்மாவை, தேசத்தந்தை என்று அழைத்த முதல் தலைவர் பி.சி. ஜோஷியே.

காந்தி ஜோஷியின் உணர்வை மதித்துப் பதில் எழுதினார். "நீங்கள் மதிக்கத்தக்கவர்கள் என்பதை நான் அறிவேன். தன்னலமற்ற அற்புதமான இளைஞர்களும், யுவதிகளும் உங்களது தோழர்கள். கடினமான உழைப்பும், ஆற்றலும் மிக்கவர்கள். கடுமையான ஒழுக்க நெறிக் கட்டுப்பாடு உடைய வர்கள் என்பதையும் அறிவேன். இந்த உன்னதப் பண்புகள் எனது வியப்புக்குரியன. இத்தகைய அற்புத ஆற்றலை நான் எவ்விதமான தவறான கருத்துக்களாலும் இழக்க விரும்ப மாட்டேன். நான் உங்கள் ஒவ்வொருவரின் சேவையையும், விடுதலைப் போராட்டத்திற்காக நான் வகுத்துள்ள பாதையில் நாட்டு நலனுக்கெனப் பயன்படுத்திக் கொள்ள முழுதும் விரும்புகிறேன் என்பதை நீங்கள் நம்ப வேண்டுகிறேன். நான் தவறாகச் செல்கிறேன். நீங்கள் செல்லும் பாதை சரியென்று பட்டால், நீங்கள் என்னை வென்று, உங்கள் பக்கம் சேர்த்துக் கொள்ள முடியுமானால் உங்கள் தலைமையின் கீழ்த்

தொண்டனாக உங்கள் அணியில் பதிவு செய்து கொண்டு பணியாற்ற உண்மையுடன் முன்வருவேன்” என்று பதில் எழுதினார்.

தலைமறைவாக இருந்த கம்யூனிஸ்ட்டு தலைவர் ஆர்.டி.பரத்வாஜை காந்தி தனது காரில் ஏற்றி காங்கிரஸ் மாநாட்டு மேடைக்கு அழைத்துச் சென்றார் என்பதும், அவர் கைது செய்யப்படாமல் காத்து உதவினார் என்பதும் இன்றைய தலைமுறையினர் அறியவேண்டிய ஒன்று. இத்தகைய புரிதலும், சகிப்புத் தன்மையும், மரியாதையும் கம்யூனிஸ்ட்டு மற்றும் தேசியத் தலைவர்களிடையே இருந்தது. அரசியல், தத்துவார்த்த வேறுபாடுகள் மனிதாபிமான உறவைக் கெடுக்காத காலம் அது. கம்யூனிஸ்ட்டு கட்சியின் மக்கள் யுத்தம் என்ற நிலைபாட்டால் ஆழமான கருத்து வேறுபாடு நிலவியது.

சட்ட அங்கீகாரம் பெற்ற கம்யூனிஸ்ட்டு கட்சியின் இந்தியக் காங்கிரஸ் கமிட்டி உறுப்பினர்கள் டாக்டர். கே.எம்.அஷ்ரப் தலைமையில் ‘வெள்ளையனே வெளியேறு’ திட்டத்தை பம்பாய் மாநாட்டில் 1942 ஆகஸ்ட் 8ல் எதிர்த்தனர். அதில் அவர்கள் கொண்டு வந்த திருத்தமும் தோற்கடிக்கப்பட்டது. எனினும் ஜோஷி கட்சியின் நிலைபாட்டைத் தவறு என்று நினைக்கவில்லை. கம்யூனிஸ்ட்டின் தனித்தன்மை நிறுவப் பட்டது. ஆனால் அதன் நடைமுறை விளைவு பெரிதளவானது.

கம்யூனிஸ்ட்டு கட்சியின் பிரிட்டீஷ் ஆதரவான உலகப் போர் நிலைபாடு, மக்கள் யுத்தம், வெள்ளையனே வெளியேறு போராட்டத்தில் பங்கேற்காதது ஆகியன மக்களிடையே தேச துரோகிகள், பிரிட்டீஷ் கைக்கூலிகள் என்ற பட்டத்தையே பெற்றுத் தந்தது. மக்களிடையே நமது நிலைபாட்டின் நியாயத்தை விளக்க முடியவில்லை. பம்பாயில் கம்யூனிஸ்ட்டு கட்சி அலுவலகமும், தோழர்களும் தாக்கப்பட்டனர். ஜோஷி பேசிய கூட்டங்களில் கற்கள் வீசிக் கலகம் செய்தனர். ஜோஷி உயிருக்கு ஆபத்து உண்டானது.

எனினும் நாட்டின் நிலை மாறுபட்டதாக இருந்தது. மக்களால் புறந்தள்ளப்பட்டு பிரிட்டீஷ் கைக்கூலிகள் என்று தூற்றப்பட்ட அதே வேளையில், பிரிட்டீஷ் ஆட்சி கம்யூனிஸ்ட்டுகளைக் கடுமையாகத் தண்டித்தது. கம்யூனிஸ்ட்டுகள் இருதலைக் கொள்ளியான நிலையை ஜோஷி ‘நிமீஷீஜீறீமீ’உ ஷ்ணீகூீ’ இதழில் எழுதினார்.

"அரசு ஒரு புறம் துரோகிகள், காங்கிரசின் நிழல் என்று கைது செய்தது. தோழர்கள் விசாரணையின்றிச் சிறையிலடைக்கப்பட்டனர். அலுவலகங்கள் சோதனை என்ற பெயரில் சூறையாடப்பட்டன. கூட்டங்கள் நடத்தத் தடை விதிக்கப்பட்டது. அடிப்படை உரிமைகள் மறுக்கப்பட்டன. கட்சி தடை செய்யப்பட்டது."

ஜோஷி, காந்தியின் ''செய் அல்லது செத்துமடி'' என்ற போராட்ட அறைகூவலை ஏற்கவில்லை. ஆனால் சிறையிலிருந்த காங்கிரஸ் தலைவர்களை விடுதலை செய்யப் பிரச்சாரம் செய்தார். அதற்கான தீர்மானம் கட்சியின் மத்தியக் குழுவில் நிறைவேற்றப்பட்டது. "காங்கிரஸ் மீதான அடக்குமுறையைக் கண்டனம் செய்கிறோம் தேசிய ஒருமைப் பாட்டுக்கென நாடு தழுவிய பிரச்சாரத்தை நடத்தக் கட்சி முடிவு செய்தது. காங்கிரஸ் தலைவர்களை விடுதலை செய்ய மக்கள் குரலைத் திரட்டியது. தேசிய அரசு நிறுவ வலியுறுத்தினர்.

"பிரிட்டீஷ் அரசு இத்தகைய அடக்குமுறைகளைப் பின்பற்றினால், காங்கிரஸ் கட்சியை நசுக்கி அழிக்க நினைத் தால், அது பிரிட்டனுக்கும் இந்திய மக்களுக்கும் பேரழிவாகும். தினமும் சீர்கெட்டுவரும் நிலையைத் தடுத்து நிறுத்த அரசு தனது அநீதியான செயல்பாட்டைக் கைவிட வேண்டும். காந்தியையும் காங்கிரஸ் தலைவர்களையும் உடனடியாக விடுதலை செய்ய வேண்டும். காங்கிரஸ் மீதான தடையை நீக்கிப் பேச்சுவார்த்தைக்கு முன்வர வேண்டும். தேசிய அரசை அமைக்க வேண்டும். மக்களுக்கு முழு உரிமை வழங்க வேண்டும். கம்யூனிஸ்ட்டு கட்சி மக்களை ஒன்றுபடுத்தப் பாடுபடும். பிரிட்டன் மற்றும் அமெரிக்காவின் உழைக்கும் மக்கள், தமது அரசை அடக்கு முறையைக் கைவிட வலியுறுத்த வேண்டும். நமது ஒன்றுபட்ட செயல்பாட்டால் பாசிசசக்திகளை வெல்ல நாம் உறுதியேற்க வேண்டும்" என்று தீர்மானம் நிறைவேற்றியது.

1943 பிப்ரவரி 15ல் மீண்டும் காந்தியை விடுதலை செய்யக் கோரி கம்யூனிஸ்ட்டு கட்சி அறைகூவல் விடுத்தது.

இனியும் தேசியத் தலைவர்கள் சிறைக்குள் இருப்பது கூடாது. இக்கொடுமையைச் செயலின்றிப் பார்த்துக்கொண்டிருப்பது அழிவாகும். காந்திஜியின் உண்ணாவிரதமும், நாட்டின் விழிப்புணர்வுக் கான அறைகூவலும் நாட்டின் ஒற்றுமையையும் அழிவுக்குமுன் விழித்தெழவும் தூண்டின.

தலைவர்களை ஆகஸ்ட் 9 அன்று சிறையிலடைத்தவர்கள் விடுதலை செய்ய மறுக்கின்றனர். நாட்டின் தலைவர்கள் உயிர், ஆபத்தில் உள்ளது.

'இப்போதே, இல்லாவிடில் இனி எப்போதுமில்லை' என்ற நிலையில்தான் நாடு உள்ளது. காந்தியை விடுதலை செய்து பிரச்சனைக்குத் தீர்வுகாண்பது, அல்லது மீள முடியாத சிக்கலில் மூழ்கி அழிவது என்ற இரண்டில் ஒன்றை நாம் முடிவு செய்ய வேண்டியுள்ளது".

ஒன்றுபட்டால் உண்டு வாழ்வு

காந்தி உண்ணாவிரதமிருந்தபோது கம்யூனிஸ்ட்டு கட்சியின் பொதுச் செயலராக இருந்த ஜோஷி தொழிலாளர்களும், விவசாயிகளும், மாணவர்களும் காந்தியின் விடுதலைக்குப் போராட வேண்டுமென்றார். கட்சியின் மே தினச் செய்தியில்

"நமது ஒற்றுமையின்மையே, நாம் அரசு அமைக்கும் அதிகாரம் பெறாமைக்கும் காரணம். இதனால்தான் நமது தலைவர்கள் சிறையில் வாடுகின்றனர். இந்து முஸ்லீம் என வேறுபாடின்றி மக்கள் பட்டினியில் வாடுகின்றனர். உண்ணா விரதமிருக்கும் காந்திஜியின் உயிர் ஆபத்தில் உள்ளது" என்று மே தினச் செய்தி கூறியது.

ஜோஷி மக்கள் உணர்வைப் புரிந்து கொண்ட அபூர்வத் தலைவர். கம்யூனிஸ்ட்டு கட்சி தனித்து இயங்க முடியாது என்பதை நன்கு உணர்ந்தவர். அதன் காரணமாகவே தேசிய அரசு அமைக்கப்பட வேண்டுமென்றார். 1943 பஞ்சத்தின் பின் மக்களுக்கு உணவிடவும், நாட்டின் பாதுகாப்பிற்கும் ஒரு தேசிய அரசு அமைவது அவசியமென வலியுறுத்தினார்.

இதே உணர்வு வேகத்தைக் கட்சி பெறப் பாடுபட்டார். காந்திஜி உடனடியாக விடுதலை பெறப் போராடுவது கட்சியின் கடமை என்றார். காந்திஜிக்கு அவர் கடிதம் எழுதினார்.

"காங்கிரஸ் முஸ்லீம் லீக் ஒற்றுமைக்கு நீங்களே முன் கையெடுக்க வேண்டும். மக்கள் கைக்கு அதிகாரம் தரப்பட வேண்டும். நீங்கள் சிறையிலிருந்தபோது எமது ஒரே கோஷம் நீங்கள் விடுதலை செய்யப்பட வேண்டும், தேசிய அரசு அமைய வேண்டும், மக்களுக்கு உணவு கிடைக்க வேண்டுமென்பதுமே".

காங்கிரஸ் செயற்குழு, அகில இந்திய காங்கிரஸ் கமிட்டி உறுப்பினர்களாக இருந்த கம்யூனிஸ்ட்டுகள் மீது குற்றப் பத்திரிக்கை தந்தது. இதற்கு கம்யூனிஸ்ட்டு கட்சி நீண்ட பதிலைத் தந்தது. இரண்டு தொகுதிகள் கொண்ட பதில், கம்யூனிஸ்ட்டுகளின் நியாயமான அரசியல் நிலைபாட்டை நாட்டுக்கு உணர்த்தியது. சட்டமன்றத் தேர்தலில் அது பிரச்சாரக் கருவியாகவும் பயன்பட்டது. அது கட்சிக்கு வலிமை சேர்ப்பதாகவே இருந்தது. "எம்முடன் கருத்து வேறுபாடு கொண்டிருந்த காங்கிரஸ்காரர்கள்கூட எமது இலட்சியப்பூர்வமான, நியாயமான செயல்பாடுகளை உணர்ந்து பாராட்டினர்" என்று ஜோஷி எழுதினார். "ஏற்கமுடியாத அரசியல் கருத்துக்களைக்கூட, பிறர் அதன் நியாயத்தை ஏற்கும் வகையில் மென்மையாக முன்மொழியும் ஆற்றல் கொண்டவர் ஜோஷி" என்று மொஹித் சென் பாராட்டுகிறார்.

ஜோஷி சர்வதேச நிகழ்வுகள் குறித்தும் உடனடியாகக் கூர்மையாக எதிர்வினையாற்றினார். 1945 மே 9 பெர்லின் வீழ்ச்சியுடன் இரண்டாம் உலகப் போர் முடிவுக்கு வந்தது. பாசிசத்தின் மீதான வெற்றி இந்தியாவின் வெற்றியல்ல என்றனர் சிலர். பாசிசத்தின் வீழ்ச்சியால் இந்தியாவுக்கு என்ன நன்மை என்று ஜோஷி நீண்ட கட்டுரை எழுதினார்.

"சோவியத் செம்படை ஹிட்லரின் படைகளுடன் பல களங்களில் மோதி வென்றது. ஹிட்லர் சோவியத்தைத் தாக்கும்போது ஐரோப்பா முழுதும் அவனது காலடியில் கிடந்தது. ருஷ்யாவை வென்று ஆசியா முழுதையும் ஜப்பானுடன் சேர்த்து அடிமைப்படுத்துவது அவனது திட்டம். பின் அமெரிக்காவையும் வெல்வது அவனது திட்டம். உலகம் முழுதையும் அடிமைப்படுத்தும் அவனது ஆசைக் கனவை செம்படை நிர்மூலமாக்கியது. உலகம் பாசிச ஆபத்திலிருந்து காக்கப்பட்டது. பிரிட்டன் தேர்தலைச் சந்திக்க வேண்டியிருந்தது."

பிரிட்டீஷ் மக்களுக்கு ரொட்டி தேவையென்றால், இந்தியருக்கு சுதந்திரம் தேவை. நமக்குச் சுதந்திரம் வேண்டுமென்றால் சுதந்திரம் விரும்பும் உலக மக்களுடன் நாம் ஒன்றுபட வேண்டும். இதன் முதன்மைத் தேவை நமக்கான தேசிய அரசு, அதற்கான நமது ஒற்றுமை.

அவநம்பிக்கை, சோர்வு ஒழிந்து நம்பிக்கையுடன் முன்னேற வேண்டியுள்ளது. ஊழல்வாதிகள், பதுக்கல்காரர்கள்,

கொள்ளையரின் காலம் முடிந்தது. நம்பிக்கையுடன் எதிர் காலத்தைத் திட்டமிட்டு முன்னேற வேண்டியுள்ளது.

போரின் வெற்றியால் பிரிட்டீஷ் ஏகாதிபத்தியம் வலிமை பெற்றுவிட்டது என்போரின் கருத்தை ஜோஷி எதிர்த்தார். போரின் பின் இந்தியர் கைக்கு ஆட்சி மாற்றப்படும் என்ற எதிர்பார்ப்பு அதிகரித்தது. ஆனால் அட்லி அறிவிப்பு நாட்டுக்குப் பெரும் அதிர்ச்சியாக வந்தது. அதுபற்றி —

"அட்லியின் அறிவிப்பு இந்திய மக்களை அவமதிப்பதாக உள்ளது. காங்கிரஸ், முஸ்லீம் லீக் ஒற்றுமையின்மை மேலும் அதிர்ச்சியளிப்பதாக உள்ளது. சவாலை எதிர்கொள்வதில் இருவரும் ஒற்றுமையுடன் நிற்கவேண்டும். பிரிட்டீஷ் அரசின் சதியை ஒற்றுமையால் மட்டுமே வெல்ல முடியும். இருவரும் இணைந்து தேசிய அரசை அமைக்க வேண்டும். சுதந்திரமான ஜனநாயக ஒன்றுபட்ட சுய அதிகாரம் பெற்ற இந்தியா உருவாக இதுவே வழி" என்று ஜோஷி எழுதினார்.

ஜோஷி இந்து முஸ்லீம் ஒற்றுமை வளர்க்கத் தொடர்ந்து பாடுபட்டார். "காந்தி ஜின்னா சந்திப்பு இந்திய வரலாற்றில் முக்கிய அம்சமாகும். போர் துவங்கிய காலம் முதலே இரு கட்சியினரும் விடுதலைக்கான தமது கருத்தைப் பிரிட்டீசாருடன் விவாதித்து வந்துள்ளனர். இரு தலைவர்களும் ஒன்றுபடவேண்டும். அப்போதுதான் பிரிட்டீசார் வெளியேறி, கூட்டு ஆட்சி உருவாகும். அவர்கள் இருவரும் நட்புடன் கை குலுக்குவது நாட்டின் நல்ல எதிர்காலத்தின் அறிகுறியாகும்.

கடந்த இரண்டு ஆண்டுகளாக தமது நிலையைக் காங்கிரஸ் புரிந்து கொள்ளவில்லை என்ற மனக்குறை முஸ்லீம் லீக்கிடம் இருந்தது. அதுபோல லீக்கிற்கு ஒற்றுமை எண்ணம் இல்லையெனக் காங்கிரஸ் கருதியது. காங்கிரஸ் லீக் ஒற்றுமை இன்றி நாட்டின் எதிர்காலம் சிறப்பாக அமையாது என நாம் கருதுகிறோம். அத்தகைய தேசபக்தி கொண்ட ஒற்றுமைக்கு நாங்கள் தொடர்ந்து பாடுபடுவோம்" என எழுதினார் ஜோஷி.

காந்தி ஜின்னா சந்திப்பு தோல்வியுற்றதில் ஜோஷி மிகவும் வருந்தினார். அவர்கள் மீண்டும் சந்திக்க வேண்டுமென விரும்பினர். "அவர்கள் சந்திக்க வேண்டும்" என அவர் எழுதிய வேண்டுகோள் சிறு வெளியீடாக நாடு முழுதும் விற்கப்பட்டது. 1945 அக்டோபரில் காங்கிரஸ் லீக் கம்யூனிஸ்ட்டு தேசியக் கூட்டணி உருவாக்கப்பட வேண்டுமென எழுதினார். பின் 'பீப்பில்ஸ் ஏஜ்' பத்திரிகையில்

நேரு ஜின்னா பேச்சுவார்த்தையின் தோல்விக்குப்பின் உள்ள பிரிட்டீஷ் சதியைப் பற்றி எழுதினார்.

கம்யூனிஸ்ட்டு கட்சி தேசிய இனப் பிரச்சனை பற்றி விவாதித்து, சோவியத் யூனியன் போலப் பிரிந்து போகும் உரிமையுடன் கூடிய கூட்டாட்சி வேண்டுமென்றது. இது தவறாகப் புரிந்து கொள்ளப்பட்டது. இது பின் இஸ்லாமியர், சீக்கியர் தனிநாடு கேட்க வழிவகுக்கும் என்று குற்றம் சாட்டினர். இது கட்சியின் பொது மதிப்பிற்குப் பேரிடியானது. மீண்டும் கட்சி தனிமைப்பட நேர்ந்தது. இதன் தாக்கம் 1947 தேர்தலில் தெரிந்தது. கம்யூனிஸ்ட்டுகள் காங்கிரசில் இருந்து ராஜினாமா செய்ய வேண்டுமென்றனர். ஜோஷி பிரிட்டீஷ் திட்டத்தை நிராகரியுங்கள் என்று காங்கிரஸ் கட்சிக்கு பீப்பில்ஸ் ஏஜில் வேண்டுகோள் விடுத்தார்.

காங்கிரஸ் சுயாட்சியையும், நிலச்சுவான்தார் முறை ஒழிப்பையும், பதுக்கல் கொள்ளையரை ஒழிக்கவும் முன்வந்தால், இந்து முதலாளிகளின் இலாப வெறித் தலைமை பற்றிய முஸ்லீம்களின் அச்சத்தை அது போக்கும். ஆனால் முஸ்லீம் நில உடமையாளர்கள், காங்கிரஸ்—லீக் ஒற்றுமையை ஏற்க மாட்டார்கள். ஒற்றுமையா, பிரிவினையா என்ற மோதலை எழுப்பி, பிரிட்டீசார் நீண்ட காலம் இங்கு தமது ஆட்சியைத் தொடர நினைக்கின்றனர். காங்கிரஸ் ஒரு ஜனநாயக முடிவை எடுக்க முன்வர வேண்டும் அல்லது பிரிட்டீஷ் சதி வெற்றி பெற்றுவிடும்“ என்று எச்சரித்தார்.

நாட்டுப் பிரிவினை எதிர்த்து...

மேலும் இடதுசாரிகளின் கடமை பற்றியும் எழுதினார். “பிரிட்டீஷ் திட்டத்தை காங்கிரசுக்குள் எதிர்ப்பது, மக்களின் ஒன்றுபட்ட போராட்டத்தை வளர்ப்பது என்ற இரண்டு கடமைகளையும் இடதுசாரிகள் செய்யவேண்டும். இதில் எவ்வித சமரசத்திற்கும் இடமில்லை. பிரிட்டீஷ் வஞ்சகத்தை உணரவேண்டும். மக்களை அடக்கும் கலையை அவர்கள் நன்கு அறிவார்கள். தெளிவுடனும், துணிவுடனும் நமது நாட்டின் மதிப்பைக் காக்கும் செயல்பாடுகளில் நாம் ஈடுபட வேண்டும். நாம் நாட்டின் விடுதலைக்கும் முன்னேற்றத்திற்குமான மேடையாக வேண்டும். பிரிட்டீஷ் திட்டத்தை ஒதுக்கி, போராட்டம் மூலம் சுயாட்சி உரிமைபெற்ற இடதுசாரிகள் சமரசமின்றிப் போராடி நாட்டின் பெருமையை பாதுகாக்க

வேண்டும்“ என எழுதினார்.

அகில இந்தியக் காங்கிரஸ் கமிட்டி பிரிட்டீஷ் திட்டத்தை ஏற்றுக்கொண்டது, ஜோஷிக்கு பெரும் ஏமாற்றமாக இருந்தது. சமரசக்காரர்களின் வெற்றியாக அது அமைந்தது. பிரிட்டீஷ் திட்டத்தை எதிர்த்து நாடு முழுவதும் பிரச்சாரம் செய்ய அறைகூவல் விடுத்தார். மக்களின் போராட்டம் தொடரவும், மாற்று இந்தியத் திட்டத்திற்கும் வேண்டுகோள் விடுத்தார். முஸ்லீம் லீக்கின் தீர்மானம் அதன் பிரிவினை எண்ணத்தைப் பிரதிபலித்தது. காங்கிரஸ் பாகிஸ்தானைப் பிரித்துத் தனி நாடாக்க ஒப்புக்கொண்டால், முஸ்லீம் லீக் கூட்டணி அரசுக்கு ஒப்புக்கொள்வதாக கூறியது. ஆனால் காங்கிரஸ், லீக்கைக் கைவிட்டு பிரிட்டீசாருடன் ஒப்பந்தம் செய்து கொள்ளத் திட்டமிட்டனர். எனவே லீக் தனித்து வந்ததுடன் தனது முடிவை எடுக்க முன்வந்தது.

முஸ்லீம் லீக்கின் முடிவு தவறானது என்று கம்யூனிஸ்ட்டு கட்சி கண்டனம் செய்தது.

முஸ்லீம் லீக்கினர் காங்கிரஸ் எதிர்ப்பு, இந்து எதிர்ப்புப் பிரச்சாரத்தை அங்கீகரிப்பதன் மூலம், காங்கிரஸ் போன்ற பெரும் அரசியல் சக்தியுடன் மோதலை வளர்க்கிறது என்பதை உணர்வார்களா? காங்கிரஸ் தனது முதன்மை எதிரியாகக் காட்டுவதும், தலைவரை அவமானப்படுத்துவதும், முஸ்லீம் அல்லாத தேச பக்தர்களை மோசமாகத் தாக்குவதும், தவறல்லவா? பாகிஸ்தானுக்கான கோரிக்கையை லீக் வைப் பதை எந்த ஜனநாயக சக்தியும் ஏற்றுக்கொள்ள முடியாது” என்று கடுமையாக விமர்சித்தது.

ஜோஷி 1946 ஜூலையில் முஸ்லீம் லீக் பிரிட்டீஷ் திட்டத்தை மறுத்தது குறித்து, இது காங்கிரசின் கண்களைத் திறக்க வேண்டுமென்று எழுதினார். காங்கிரஸ் அத்திட்டத்தை ஏற்க மறுத்து, சட்டரீதியிலான சட்டமன்றம் அமைக்கக் கோர வேண்டுமென்றார். வயது வந்தோர்க்கு வாக்குரிமை, சுயநிர்ணய உரிமை இவற்றிற்காக ஒன்றுபட்டுப் போராட வேண்டும். பிரிட்டீஷார் இந்தியாவை விட்டு வெளியேற லீக்குடன் இணைந்து போராட வேண்டுமென்றார்.

டாக்டர் அதிகாரியால் வடிவமைக்கப்பட்ட கம்யூனிஸ்ட்டு களின் சுயநிர்ணயத் திட்டம் பலராலும் கடுமையாக விமர்சிக்கப்பட்டது. ஜோஷிக்கு இத்திட்டம் பற்றிய மனநிறைவு இல்லை. இதை அவர் அதிகாரியிடமும் கூறினார். எனினும்

கட்சி ஏற்றுக்கொண்ட ஒரு திட்டத்தை எதிர்க்க மறுக்க உரிமையில்லை என்பதால், அத்திட்டத்தின் முக்கியத்துவம் பற்றிய விரிவான கட்டுரைகள் பத்திரிக்கையில் எழுதப்பட்டன.

"சுயநிர்ணயம் என்பது பெரும் தேசிய இனங்கள் ஒன்று பட்டு நிற்கின்றனவா, இல்லையா என்பது மட்டுமல்ல. மாறாக இது மாபெரும் புரட்சிகர ஒற்றுமைக் கொள்கை, இது உண்மையான சுதந்திரத்திற்கு உறுதியளிப்பது. ஒவ்வொரு தேசிய இன மக்களுக்கும் ஜனநாயக உரிமையை விடுதலை இந்தியாவில் வழங்கும் இலட்சியம் கொண்டது.

தேசிய இனங்களின் சுயநிர்ணய உரிமை என்பது ஒவ்வொரு இனத்திலும் உள்ள சாதாரண மனிதர்களை ஒன்றுபடுத்துவது. இந்துக்களையும் முஸ்லீம்களையும் ஏகாதிபத்தியம், நிலப்பிரபுத்துவம், மன்னர்களின் சர்வாதிகாரம், நிலப்பிரபுத்துவ அதிகாரம் ஆகியவற்றை எதிர்க்கும் வலிமை பெற்றவர்களாக்கும்" என்று விளக்கியது.

1946—47ல் கம்யூனிஸ்ட்டு கட்சியின் பாகிஸ்தான் — தேசிய இனங்களின் சுயநிர்ணய உரிமைக் கொள்கையை ரஜினி பாமி தத் உடைத்தெறிந்தார். 1951ல் ஜோஷி கொடுத்த ஒரு நேர்காணலில் இதை வெளிப்படுத்தி, இதை உருவாக்கிய டாக்டர் அதிகாரி ரஜினிபாமிதத்தின் இந்த முடிவைப் புரிந்து கொள்ள ஆறு மாதங்களானது என்று கூறினார். ஜோஷியைப் பொறுத்தவரை காங்கிரஸ் முஸ்லீம் ஒற்றுமை, போர் முடியும் வரை வலுவாக இருந்தது என்றார். ஆனால் பாகிஸ்தான் பிரிவு என்கிற அடிப்படையில் காங்கிரஸ் லீக் ஒற்றுமை என்பது தவறு என்றார் ஜோஷி.

"காங்கிரசின் பாகிஸ்தான் பற்றிய பார்வை பிடிவாதமானது எனும் நமது குற்றச்சாட்டு நியாயமானது. ஆனால் நமக்கு ஜின்னா பற்றிய விமர்சனம் பார்வை இல்லை. நாம் பாகிஸ் தானையும், தேசிய சுயநிர்ணய உரிமையையும் ஒன்று போலவே கருதினோம். மேலும் இதுபற்றிச் சிந்தித்துச் செயல்படுவதற்கான யுக்தி கொண்ட கொள்கை தேவையாய் இருந்தது" என்று ஜோஷி விளக்கினார்.

முஸ்லீம் லீக் ஏகாதிபத்திய எதிர்ப்பு உணர்வை இஸ்லாமிய ரிடம் வளர்க்கிறது என்றபோதும், நாட்டுப் பிரிவினை உணர்வையும் வளர்க்கிறது என்று கம்யூனிஸ்ட்டு கட்சி கருதியது. முஸ்லீம் லீக் வடமேற்கிலும், வடகிழக்கிலும் தமக்கெனக் கேட்ட தனிநாட்டில் 40 சதவிகிதம் பேர் இந்துக்கள்

இருந்தனர். மக்கள், ஜனநாயக வழியில் வாக்களித்துச் சுய நிர்ணயம் பற்றி முடிவு செய்வது அவசியம். அது தவறும்போது அது ஜனநாயகத்திற்கு எதிரானதாகும்.

கம்யூனிஸ்ட்டு கட்சி காங்கிரசுக்கும், முஸ்லீம் லீக்கிற்கும் விடுத்த வேண்டுகோள் பயனற்றுப் போனது. 1946 ஜுலை 29 அன்று பம்பாயில் கூடிய முஸ்லீம் லீக் செயற்குழு தனது பாகிஸ்தான் பிரிவினைக் கோரிக்கையை மேலும் வலியுறுத்த முடிவு செய்தது. 1946 ஆகஸ்ட் 16ஆம் தேதியை பிரிவினையை வலியுறுத்தும் நேரடி நடவடிக்கையில் ஈடுபட முடிவு செய்தது. இதனால் பெரும் கலவரமும், மோதலும் நாடு முழுதும் உருவானது. கல்கத்தாவில் மோசமான கலவரம் எழுந்து, பலர் கொல்லப்பட்டனர். பம்பாய், பஞ்சாப், உத்திரப்பிரதேசம் எனப் பல மாநிலங்கள் பாதிக்கப்பட்டன. இந்துக்களும் முஸ்லீம்களும் வெட்டிக்கொண்டு செத்தனர். கம்யூனிஸ்ட்டுகள் சமாதானம் மற்றும் நிவாரணப் பணிகளில் ஈடுபட்டனர்.

இந்து - முஸ்லீம் - சீக்கியர் ஒற்றுமை

முடிந்த இடங்களில் நிவாரணக்குழுக்கள் அமைக்க ஜோஷி கட்டளையிட்டார். பாதிக்கப்பட்ட மக்களுக்கான உதவிப்பொருட்கள், உதவிப்பணிகளில் கம்யூனிஸ்ட்டுகள் ஈடுபட்டனர். கலவரங்கள் எழாமல் தடுக்கப் பாடுபட்டனர். சுதந்திரத்திற்கான அடிப்படைத் தேவை இந்து முஸ்லீம் ஒற்றுமை என்பதை ஜோஷி வலியுறுத்தி எழுதினார். இத்தகைய சூழலில் மக்களுடன் சேர்ந்து சேவை செய்வதன் மூலம் மக்களை ஒன்றுபடச் செய்வது அவசியம் என்று ஜோஷி கருதினார். ஜோஷி நாட்டின் பல்வேறு மூலைகளுக்கும் ஓடி ஓடி ஒற்றுமைப் பணியை ஊக்குவித்தார். முஸ்லீம் லீக்கின் செயல்பாடு ஓர் உள்நாட்டுக் கலவரம் போன்ற சூழலை உருவாக்கி விட்டது. ஏகாதிபத்திய எதிர்ப்பு என்பது பின்தள்ளப்பட்டது" அதுமுன்போல நேரடியான மதக் கலவரமல்ல. காங்கிரஸ் லீக் மோதலின் காரணமான அரசியல் மோதலே. அனைத்து மக்களின் நலன், பாதுகாப்பு, ஒற்றுமை என அனைத்தும் நாசமாகின. இதனால் பயன் பெற்றது பிரிட்டீஷ் ஏகாதிபத்தியமே" என்று வருந்தினார்.

மதக் கலவரங்களால் சீர்கெட்டுக் கிடந்த நாட்டில் இந்துக்கள், முஸ்லீம்கள், சீக்கியர்கள் என அனைத்துத் தரப்பு

மக்களிடமும் சமாதானம் பேசும் தகுதிமிக்க தலைவர்களாக நேருவும், காந்தியும் திகழ்ந்தனர். அவர்களை அடுத்து அத்தகுதி பெற்றவராக ஜோஷி இருந்தார். கட்சித் தோழர்கள் ஜோஷியின் வேண்டுகோளை ஏற்று நாடு முழுதும் நிவாரணப் பணிகளைச் செய்தனர். கோவிந்த வல்லப பந்த், ஆர்.எஸ்.எஸ் காரர்களின்பால் மென்மையாக நடந்து கொள்வதைக் கண்ட நேரு, ஜோஷியை அழைத்து அவரைச் சரிப்படுத்த வேண்டிக் கொண்டார். பந்த், ஜோஷியின் தாய் வழி உறவினர். ஜோஷி பந்துடன் உண்மைத் தகவல்களைப் பறிமாறிக் கொண்டு, அவரை மாற்ற முயன்றார். பந்த், ஆர்.எஸ்.எஸ் சதிகளைப் புரிந்து கொண்டு மாறினார்.

காந்தி ஜோஷி கடிதப்பரிமாற்றம் ஜோஷிக்கு இந்திய அளவில் மதிப்பைத் தந்தது. ஜோஷியின் இந்த எழுச்சிக்குக் காரணம் என்ன? அவர் காங்கிரசும் மற்ற தலைவர்களும் கம்யூனிஸ்ட்டு கட்சிமீது வைத்த விமர்சனங்களை, குற்றச்சாட்டுகளை திறந்த மனதுடன் ஏற்றுத் தமது நிலைபாட்டை விட்டுக் கொடுக்காதவராகவும் இருந்தார். குற்றச்சாட்டுகளுக்குத் தக்க நியாயமான பதிலைத் தரத் தவறியதில்லை. அவருடைய மொழி, மிகுந்த நட்பு கொண்டதாக இருந்தது. கம்யூனிஸ்ட்டுகளின் நிலையைக் காங்கிரஸ்காரர்கள் புரிந்துகொள்ளச் செய்தது. மாற்றுக் கட்சியினரிடமும் மரியாதையைக் கம்யூனிஸ்ட்டுகள் பெற ஜோஷியின் பயன்பாடு பெரிதும் கருவியானது.

விடுதலை நெருங்க நெருங்க வன்முறைகள் வலுத்தது. நாடு முழுவதும் தீப்பிடித்து எரிந்தது. நவகாளி, வன்முறையின் உச்சத்தில் தவித்தது. கல்கத்தா கொலைக்களமானது. காந்தி இரத்த பூமியில் ஒற்றுமை விதைக்க ஓடினார். நாடு துன்டாடப் படுவதைத் தடுக்க முயன்றார். வன்முறையை வன்முறையால் ஒழிக்க முடியாது என்பதை நாடு உணர மறுத்தது. நவகாளி மக்களின் துயரத்தைக் கண்டு ஜோஷி "நான் பாதிக்கப்பட்ட இந்து சகோதர்களை உணர்ச்சிவசப்படாதீர்கள் என்று வேண்டு கிறேன். பலிக்குப் பலி என்பது முடிவில்லாத் துயரத்திற்கே வழிவகுக்கும். பிரிட்டீஷ் ஏகாதிபத்தியமே இந்த வன்முறையால் பயனடையும். முஸ்லீம்கள் பெரும்பான்மையாக உள்ள இடங்களில், அவர்கள் இந்துக்களின் பாதுகாப்பு அரணாக நிற்கவேண்டும். இந்துக்கள் பெரும்பான்மைப் பகுதியில், அவர் கள் முஸ்லீம்களைக் காக்க வேண்டும்" என்று வேண்டினார்.

மத ஒருமைப்பாடு, சமூக அமைதி இவற்றிற்காக ஜோஷி பெரிதும் பாடுபட்டார். கட்சித் தோழர்கள் ஒற்றுமை யின் அடையாளமாக வேண்டுமென்றார். சாவையும்

பொருட்படுத்தாமல் சமாதானத்தை விதையுங்கள் என்று கட்டளையிட்டார். சிறுபான்மை மக்களைக் காக்கத்தன் உயிரையும் தியாகம் செய்த தோழர் லால்மோகன் சென்னின் முன்மாதிரியை ஒவ்வொரு தோழரும் பின்பற்ற வேண்டு மென்றார். வன்முறைத் தீ பரவாமல் தடுப்பது ஒவ்வொரு தோழரின் கடமை என்றார்.

முஸ்லீம் லீக்கின் வெறுப்புப் பிரச்சாரத்தைக் கண்டித்தார். பிரிட்டீஷ் திட்டத்தை காங்கிரஸ்த் கைவிட வேண்டினார். மீரட் அகில இந்தியக் காங்கிரஸ் கமிட்டி மாநாட்டிற்கு உறுதி யான வேண்டுகோளை எழுதினார்.

"பிரிட்டீஷ் திட்டத்தில் விடுதலைக்குப்பின் அதிகார மாற்றம் பற்றி எதுவும் கூறப்படவில்லை என்று எங்கள் கட்சி எச்சரித்தது. இந்திய மக்களின் வேற்றுமையை வளர்த்து குளிர்காய நினைக்கிறது பிரிட்டீஷ் அரசு. இந்திய மன்னர்களின் வஞ்சக ஒத்துழைப்புடன், பிரிட்டீஷ் அரசு இந்துக்களையும் முஸ்லீம்களையும் பிரித்தாள நினைக்கிறது.

ஆனால் காங்கிரஸ் கட்சியோ பிரிட்டீஷ் திட்டம் இந்திய விடுதலைக்கான முதற்படி என்றே கருதியது. தனது பெரும்பான்மையைப் பயன்படுத்தி எதிர்ப்போரின் வாயை அடைக்க முயன்றது. பிரிட்டீசார் வெளியேறத் தயாராகி விட்டனர் என்பது உண்மையே.

காங்கிரஸ் பிரிட்டீஷ் திட்டத்திற்கு மாற்றாக முழுமையான சுதந்திரம், சுயநிர்ணய உரிமை, உண்மை ஜனநாயகம் ஆகியவை கொண்ட ஜோஷி திட்டத்தை அறிவிக்கவேண்டும்" என்று எழுதினார்.

1947ல் மௌன்ட்பேட்டன் ஒரு திட்டத்துடன் வந்தார். அதிகார மாற்றம் பற்றித் தலைவர்களுடன் பேசினார். காந்தி இப்பேச்சுவார்த்தை எதிலும் கலந்து கொள்ளவில்லை. அவர் தேசப் பிரிவினையை முற்றாக எதிர்த்தார். 1946ல் ரஜினிபாமிதத் ஓர்க்கரின் பிரதிநிதியாக அமைச்சரவைச் செயல்பாடுகளைக் கண்காணிக்க வந்தார். காங்கிரஸ் தலைவர்களைப் பலமுறை சந்தித்தார். ஜோஷி ரஜினிபாமிதத்தைச் சந்தித்தார்.

"மிகுந்த கண்காணிப்பு வேண்டுமென்றார் ரஜினிதத். புதிய வரலாற்றுப் பாதை திறக்கிறது. இந்திய விடுதலை கண்ணில் தெரிகிறது. பிரிட்டீஷ் ஏகாதிபத்தியம் தனது வஞ்சக வழிகள் அனைத்தையும் முயற்சிக்கும். இந்திய அரசியல் கட்சிகள் அதைப் புரிந்துகொண்டு, மாற்று யுக்திகளை மேற்கொள்ள

வேண்டும். நேரு நல்லவர். ஆனால் அவர் நிலை பலவீனமாக உள்ளது. காங்கிரஸ் வலதுசாரிகள் அவரைத் தூக்கி எறியத் தயாராக உள்ளனர்" என்றும் எச்சரித்தார்.

காங்கிரசுடனான உறவுப் பாலத்தைச் செப்பனிடுங்கள். உலகப்போர் பற்றிய கருத்து வேறுபாடுகளை மறந்து ஒன்று பட்டுக் கம்யூனிஸ்ட்டுகளும் காங்கிரசும் நாட்டு நலனுக்கென நெருங்கி வரவேண்டும். முஸ்லீம் லீக்கின் பாகிஸ்தான் பிரிவினை கோரிக்கை நட்புக்குத் தடையாக உள்ளது. தேசிய இனப் பிரச்சினை குறித்த லெனினது போதனைகளை அப்படியே பாகிஸ்தான் ஒருபோதும் ஏற்க முடியாது என்றார் பாமிதத்.

சுயநிர்ணய உரிமை பற்றி மறுசிந்தனை உருவாகத் தொடங்கியது. பாகிஸ்தானுக்கு ஆதரவாக லெனினைப் பயன்படுத்துவது தவறு என்று உணரப்பட்டது. இந்து முஸ்லீம் ஒற்றுமை, காங்கிரஸ் லீக் ஒன்றுபட்ட செயல்பாடு அவசியம் என்று வலியுறுத்தப்பட்டது.

1947 இந்திய விடுதலை, கம்யூனிஸ்ட்டு கட்சிக்கு ஒரு திருப்பு முனையானது. விடுதலை ஒரு நல்ல துவக்கம் என்று ஜோஷி சுதந்திரத்தை வரவேற்றார். அனைத்து முற்போக்குச்சக்திகளும் மகிழ்ச்சியுடன் ஒன்றுபட்டு, பிற்போக்குவாதிகளை எதிர்க்க வேண்டிய நேரம் இது என்றார் ஜோஷி. பழைய பிற்போக்கு நிலப்பிரபுத்துவச் சமுதாயத்தை ஒழித்து, புதிய முற்போக்கான நாட்டை உருவாக்கும் பணியில் ஈடுபட வேண்டும். நாட்டைப் பின்நோக்கி இழுக்கும் வலதுசாரி வகுப்புவாதச் சக்திகளை வளரவிடக் கூடாது என்றார் ஜோஷி. ஆனால் கட்சிக்குள் ஜோஷிக்கு எதிர்ப்பு வளர்ந்தது. பெரும்பான்மை கம்யூனிஸ்ட்டு தலைவர்கள் ஜோஷி கருத்துக்கு மாறாக, இது போலி சுதந்திரம் என்று சாடினர். தேசிய முதலாளிகளின் தலைமை எவ்வாறு சுதந்திர நாட்டை உண்டாக்க முடியும்? என்று கேள்வி எழுப்பினர். இத்தகைய தலைகீழ் மாற்றம் ஏற் பட்டது என்பது எப்படி அதன் செயலாளருக்கே தெரியாமல் நடந்தது?

ஜோஷியின் ஒளிர்மிகு காலம்

1936—1948 ஜோஷியின் காலம் இந்திய கம்யூனிஸ்ட்டு கட்சியின் ஒளிர்மிகு காலம். கம்யூனிஸ்ட்டுகள் தேசிய அரசியலில் வரலாற்று நாயகர்களாக வலம்வந்த காலம்.

நாட்டில் செயல்கள், சிந்தனைகள், போக்குகள் அனைத்திலும் கம்யூனிஸ்ட்டுகளின் பதிவு ஆழமாகப் பதிந்து கிடந்த காலம். கம்யூனிஸ்ட்டு கட்சி சிறு குழு என்ற நிலையிலிருந்து தேசியக் கட்சியாக உயர்ந்த காலம். மகாத்மா, ஜவஹர்லால் நேரு, சர்தார் பட்டேல், அபுல் கலாம் ஆசாத் என அனைவருடனும் கம்யூனிஸ்ட்டு கட்சி நாட்டின் எதிர்காலம் குறித்து விவாதித்து வடிவமைத்த காலம். காங்கிரசுக்குள் காங்கிரஸ் சோசலிஸ்ட் அணி, ஆச்சாரியா நரேந்திர தேவா, மசானி, அசோக் மேத்தா மற்றும் பலருடன் நெருக்கமான அரசியல் உறவு கொண்டிருந்த காலம்.

ஜோஷி இந்திய சோசலிச சிந்தனையாளர்களை இணைத்த மையத் தூணாகக் கருதப்பட்ட காலம். கம்யூனிஸ்ட்டு கட்சி வரலாற்றில் மறக்க முடியாத அற்புதத் தியாகங்களைச் சாதனைகளைச் செய்து, இந்திய அரசியல் வரலாற்றைத் திசை மாற்றிய காலம். ஜோஷி கம்யூனிஸ்ட்டுகள் சிறந்த தேசபக்தர்களாக, பரந்த உலகப்பார்வை கொண்டவர்களாக, எதிரிகளும் நேசிக்கும் பண்பாளர்களாக இருக்க வேண்டுமென விரும்பினார்.

சுதந்திரம் வந்தது... போராட்டம் தொடர்கிறது. நாட்டைக் கூறுபோட்டுச் சுதந்திரம் பிறந்தது.

மத வழியாக நாடு பிரிந்தது. உலகின் மாபெரும் மக்கள் புலப் பெயர்வு நடந்தது. நாடு முழுதும் கலவரம், இரத்தச் சிதறல், வேதனை, அலறல் எனப் பிரளயமாக இருந்தது. மகாத்மா நாட்டுப் பிரிவினையை ஏற்காதது போலவே, ஜோஷியும் பிரிவினையை ஏற்கவில்லை. இரு பக்கத்தின் மதவாதிகளும் நாட்டைக் கூறுபோட மௌண்ட்பேட்டன் துணைநின்றார். இந்து முஸ்லீம் பிரச்சினை தீராத இரணமாகப் பதிக்கப்பட்டது.

"பிரிவினை இரு நாடுகளையும் பலவீனமாக்கும். பொருளாதார வகையிலும் இராணுவ வழியிலும் தீராத பிரச்சனையாக என்றும் இரு நாடுகளும் பலவீனப்பட்டு நிற்கும். பலவீனமாக்கும் பிரிட்டீஷ் திட்டத்தின் பலிகடாவானது இந்தியா. பொருளாதார, இராணுவ உதவி தருகிறேன் என்ற பெயரில் மேலை நாடுகளின் நிரந்தர மேலாண்மையை இரு நாடுகளும் சுமக்க நேரிடும். பிரிட்டீசார் இல்லாமல் ஒரு பிரிட்டீஷ் ஆட்சிக்கு அடித்தளம்" போடப்பட்டது என்று ஜோஷி பீப்பிள்ஸ் ஏஜில் எச்சரித்தார்.

ஆனால் விடுதலை வந்தபோது அதை முழுமனதுடன் வரவேற்றார். புதுவாழ்வின் முதல்படி என்று நம்பிக்கையூட்டினார். எல்லையற்ற இன்னல்களுடனும், சுமைகளுடனும் புதிய பயணம் துவங்குகிறது. “கலவரம், மதவெறி, அகதிகள் என மத வன்முறைகளை வென்று மதச்சார்பற்ற சோசலிச இந்தியா மலரச் சபதம் ஏற்க” என்று வேண்டினார். 1947 அக்டோபர் 8 அன்று கல்கத்தாவில் திரண்டிருந்த பெருமக்கள் கடல்முன் ஜோஷி ஒற்றுமை முழக்கமிட்டார். “இன்று பதவி விலக வேண்டியவர் நேருவல்ல, அரசுக்கு உள்ளிருந்து சதி செய்யும் துரோகிகளே ராஜினாமா செய்யவேண்டும். மதவாத எதிரிகளை வெல்வதே சுதந்திர இந்தியாவின் முதன்மைக் கடன். கம்யூனிஸ்ட்டு கட்சி அனைத்து இடதுசாரி சக்திகளையும் தாமதமின்றி ஒன்றுசேர்த்து மத ஒற்றுமையை சமத்துவ முன்னேற்றத்தை ஆதரிக்க வேண்டும். விவாதிப் பதற்கான காலமல்ல இது. மக்கள் முன்னேற்றத்திற்கான கட்டளைக்காகக் காத்து நிற்கிறார்கள்.”

மத மோதல்கள், மதப்பற்றால் உண்டாவன அல்ல. காந்தியையும் நேருவையும் முன்னிறுத்தி சோசலிஸ்ட்டுகளும் கம்யூனிஸ்ட்டுகளும், பிற இடதுசாரிகளும் ஒன்றுபடுவதன் மூலம் மதவாத சக்திகள் அரசை அசைக்க முயல்வதை தடுத்து நிறுத்த முடியுமென்றார் ஜோஷி. இத்தகைய ஒற்றுமை தில்லியில் உண்டானது. காங்கிரஸ், கம்யூனிஸ்ட்டு மாணவர் இயக்கங்கள் ஒன்றுபட்டு தில்லி சாலைகளில் ஒற்றுமைப் பேரணி நடத்தினர். சிறுபான்மையினருக்குப் பாதுகாப்பு தருவதன்மூலம் மக்கள் அகதிகளாக்கப்படுவதைத் தடுக்க வேண்டுமென்றார். காந்தி மத ஒருமைப் பாட்டிற்கான உன்னத சேவை புரிவதை உணர்ந்தார். அவரது ஒவ்வொரு சொல்லும் மக்களை ஒன்றுபடத் தூண்டின.

1947 செப்டம்பர் 15 பிரார்த்தனைக் கூட்டத்தில் காந்தி, “இந்துக்களும் சீக்கியரும் தனது வாழ்விடங்களிலிருந்து விரட்டியடிக்கப்பட்ட இஸ்லாமியரைத் திரும்பி வருமாறு அழைக்கவேண்டும். துணிவான ஒற்றுமைச் செயல்பாட்டின் மூலம் அகதிகள் பிரச்சினையைத் தீர்க்கமுடியும். இலட்சக்கணக்கான இந்துக்களும், இஸ்லாமியரும், சீக்கியரும் அகதிகள் போல் ஓடுவது என்ன நீதி? பாகிஸ்தானின் தவறுக்குச் சரியான தீர்வு, அகதிகளாக யாரையும் விரட்டாமையே. தனித்த மனிதனாகவேனும் இதற்கெனக் குரல் கொடுப்பேன்” என்ற காந்தியின் உறுதியை ஜோஷி பெரிதும் வியந்து போற்றினார்.

எதிர்ப்பலைகள் நடுவே

விடுதலை கம்யூனிஸ்ட்டு கட்சிக்கும் புதிய பாதையைத் திறந்து விட்டது. கட்சியின் ஒரு சாரார் இது உண்மை சுதந்திரம் அல்ல. காங்கிரஸ் கட்சியே தமது முதல் எதிரி. காங்கிரஸ் பிரிட்டீஷ் ஏகாதிபத்தியத்தின் கையாள் என்றனர். நேருவை சியாங்கே ஷேக்குடன் ஒப்பிட்டனர். தெலுங்கானா இந்தியப் புரட்சியின் ஓணான் என்றனர். சோவியத் தலைவர் ஜடானோவ் கம்யூனிஸ்ட்டுகள் தொழிலாளி வர்க்க எழுச்சிக்குத் தலைமை தாங்க வேண்டுமென்றார். இத்தகைய அணிக்கு B.T ரணதிவேவும், ஜோஷி மிகவும் மதித்த டாக்டர் அதிகாரியும் தலைமை வகித்தனர்.

விடுதலை அறிவிக்கப்பட்டவுடன் டாங்கே பெல்கிராட் சென்று கம்யூனிஸ்ட்டு தலைவர் கார்டில்ஜ்சைச் சந்தித்தார். அவர் காங்கிரசுக்கு எதிரான நிலையைக் கம்யூனிஸ்ட்டுகள் எடுக்க வேண்டும். அதுதான் ஏகாதிபத்திய எதிர்ப்பாளர் கடமை. ஜோஷி நேரு, காந்தியுடன் நெருக்கமாக உள்ளார். எனவே அவர் பற்றி எச்சரிக்கையாக இருக்க வேண்டுமென்றார். தில்லி திரும்பிய டாங்கே இதை பொலிட் பீரோவில் கூறினார். அப்போது ஜோஷி, பி.டி. ரணதிவே, அஜாய் கோஷ் அதிகாரி பரத்வாஜ் முதலியோர் இருந்தனர். ஏற்கனவே ஜோஷி காங்கிரசுக்கு நெருக்கமானவராகச் செயல்படுகிறார் என்று குற்றம் சாட்டியவர்கள், ஜோஷியைப் புரட்சியின் எதிரி என்றனர். புரட்சிகரச் செயல்பாட்டை எதிர்த்து, கட்சியைப் பலவீனப்படுத்துபவர் என்று குற்றம் சாட்டினர். ஜோஷி இந்தியக் கூட்டுக்குடும்பம் போற்றும் ஆணாதிக்கவாதி என்றனர். 1946ல் இந்தியா வந்த ரஜினிபாமி தத் ஜோஷிக்கு எதிரான செயல்பாடுகள் வளர்ந்து வருவதை உணர்ந்து ஜோஷியை எச்சரித்தார். அவரது எச்சரிக்கை ஒரு தீர்க்கதரிசனமானது.

சுவமானங்களை ஏற்றும்...

பெரும்பான்மை மத்தியக் குழுவினர் ஜோஷியின் இந்தியச் சூழல் கணிப்பு தவறு என்றனர். ஜோஷி பொதுச் செயலாளர் பதவியிலிருந்து ராஜினாமா செய்தார். ஆனால் அவரது ராஜினாமா வெளியில் அறிவிக்கப்படாமல், அடிமட்டத் தோழர்களுக்குத் தெரியாதபடி இரகசியமாக வைக்கப்பட்டது. 1947 டிசம்பரில் கட்சி விதிமுறைகளுக்கு மாறாக ரணதிவே

பொதுச் செயலாளராக அறிவிக்கப்பட்டார். ஜோஷி தனிமைப் படுத்தப்பட்டார். பல்வேறு அவமானங்களுக்கு உள்ளானார். இந்தியப் புரட்சியைத் தடுத்த தவறைச் செய்ததாக ஒப்புக் கொள்ள வற்புறுத்தப்பட்டார். நான் குற்றவாளியென ஒப்புக்கொள்ள நேர்ந்தது. “நான் அத்தனை முட்டாளாக உணர்ந்தேன்” என்று பின்னர் எழுதினார்.

அதுவரை ஜோஷியை மகத்தான தலைவராக, உன்னத வழிகாட்டியாகப் போற்றியவர்கள் யாவரும் ஒரு நொடியில் அவரை மதிப்பற்ற குப்பை போல உதாசீனப்படுத்தினர். அவரது

ஆக்ஸ்போர்டு, கேம்பிரிட்ஜ் அறிவுஜீவி நண்பர்கள் மோகன் குமார மங்கலம், அருண் போஸ், என்.கே.கிருஷ்ணன் போன்றவர்கள் கூட ஜோஷியிடமிருந்து மெல்ல விலகினர். புதிய தலைமையுடன் ஒட்டிக்கொண்டனர். இந்தியப் புரட்சி கைக் கெட்டும் தூரத்தில் உள்ளது என்றனர். ஜோஷி மக்கள் தொடர்பு பெரிதும் அற்ற இவர்களை அறிவுஜீவிகள் என மதித்துக் கட்சியின் உயர் பொறுப்புக்களில் அமர்த்தியிருந்தார். ஆனால் ஆந்திராவின் சுந்தரைய்யா மட்டும் ஜோஷி தனிமைப்படுத்தப்பட்ட போது ஜோஷிக்கு ஆதரவாகக் குரல் கொடுத்தார். பெரும்பாலான தோழர்கள் புதிய தலைவர்களின் நிலைபாடு சரியென்றும், இந்திய விடுதலை போலியான, ஏகாதிபத்தியக் கையாட்களின் சுதந்திரமே என்றும் ஏற்றுக் கொண்டனர்.

1948 பிப்ரவரியில் கம்யூனிஸ்ட்டு கட்சியின் இரண்டாவது மாநாடு கல்கத்தாவில் நடை பெற்றது. அதன் முதன்மை முழக்கம் ‘தெலுங்கானா பாதை நமது பாதை’ ‘இந்த விடுதலை போலி விடுதலை’ என்பதாக இருந்தது. ஏழாவது கம்யூனிஸ்ட்டு அகிலத்தில் எடுக்கப்பட்ட முடிவுகள் பாசிசம் தோற்கடிக்கப்பட்ட பின் பொருளற்றுப்போயின என்றும், காங்கிரஸ் பிரிட்டீசாருடன் ஒப்பந்தம் செய்து கொண்டு மக்களை வஞ்சித்து விட்டது என்றும் ரணதிவே குறிப்பிட்டார். எனவே ஆறாவது அகிலத்தில் எடுத்த முடிவுப்படி ஆயுதப் புரட்சிக்குத் தயாராக வேண்டும். தேசியக் குட்டி முதலாளிக் காங்கிரசுடன் உறவில்லை. புரட்சியை முன்னெடுத்துச் செல்வோம் என்றார்.

ஆனால் தனக்கு எதிரான செயல்பாட்டிற்கான ஆதரவைத் திரட்டுவதில் கையாளப்பட்ட தரமற்ற, மோசமான முறைகள் ஜோஷியை மிகவும் வருத்தியது. இதைக் கட்சித் தோழர்கள்

பலரும் உணர்ந்தனர். தேசிய பூர்ஷ்வாக்கள் பற்றிய புதிய தலைமையின் கணிப்பு ஜோஷிக்கு ஏற்புடையதாக இல்லை. இந்திய காங்கிரஸ் முற்றிலும் ஏகாதிபத்தியத்தின் கையாளாக மாறிவிட்டது என்பதையும் அவர் ஏற்கவில்லை.

“இந்தத் தவறான கணிப்பு நமது தத்துவ ஞானக்குறைவையும், கற்பனை நிலையையும் உணர்த்துகிறது. தேசிய முதலாளிகளின் முற்போக்கான புரட்சிகரப் பங்கு பற்றி கம்யூனிஸ்ட்டு—களுக்குப் போலி நம்பிக்கை தேவையில்லை. முதலாளித்துவம் நெருக்கடியில் உள்ளபோது, ஒரு காலனி நாட்டில் தேசிய முதலாளிகள் அனைவரையும் ஒரே மாதிரி நினைப்பதும், தொழிலாளி வர்க்கம் பலவீனமான நிலையில் உள்ளபோது, பெரும்பாலானவர்கள் சமரசத்திற்கு இணங்க நினைப்பதும் தவறு.

1949 ஜனவரி 27 அன்று ஜோஷி கட்சியிலிருந்து விலக்கப் பட்டார். கட்சிக்கு ஆபத்தானவர் என்று அறிவிக்கப்பட்டார். “அரசியல் சீர்திருத்தவாதக் குற்றவாளி. வஞ்சக வழிகள் மூலம் தொழிலாளி வர்க்கத்தை தேசிய முதலாளிகளுக்குக் காட்டிக் கொடுத்தவர். தனது தவறுகளைத் திருத்திக் கொள்ளவும், விட்டு விலகவும் எவ்வித முயற்சியும் எடுக்காதவர். பிறரிடமிருந்து பாடம் கற்கும் எளிமையற்றவர். ஜோஷியின் சீர்குலைவு கட்சியின் அனைத்து உறுப்பினர்களும் கற்க வேண்டிய பாடம். மார்க்சிசம் லெனினியத்தைத் தினசரி வாழ்வில் கடைப்பிடிக்கும் உறுதியுடன் செயல்படும் கட்சியுடன் நிற்பதும், தடுமாற்றக்காரர்கள், அவதூறு கூறுவோரைத் துடைத்து வீசி எறிந்து, புரட்சிகரப் பாதைகளில் முன்னேற வேண்டும்“ என்று குற்றம் சாட்டப்பட்டார்.

இத்தனை குற்றச்சாட்டுகள் அவர்மீது அடுக்கப்பட்டபோதும், ஜோஷி தனது நீண்ட பதவிக் காலத்தில் தனக்கெனத் துதிபாடும் குழுவை உருவாக்கிக் கொள்ளாதவர். கட்சியில் தனக்கு எதிரானவர்கள் என எவரையும் கருதாதவர். 1949 ஆகஸ்ட்டில் கட்சிக்கு எதிராகக் கட்சி கட்டுபவர் என்ற வங்கக் கட்சி கூறிய குற்றச்சாட்டுக்கு பதில் எழுதினார்.

கட்சியை விட்டுவிலக்கப்பட்டார்

“அற்பமான அவதூறு பொழிபவர்கள், ஒவ்வொரு உண்மை யான கம்யூனிஸட்டும் தனது உயிரை விடவும் புனிதமானதாகக் கட்சி மீதான தனது அபிமானத்தைக் கருதுவான் என்பதை

அறிவார்கள். நமது எதிரிகள் நமது கட்சியின் ஒற்றுமையைச் சிதைக்க எவராலும் முடியாதென்பதை அறிய வேண்டும். அனைத்து அவதூறுகளையும் கடந்து கட்சி வெற்றி கொண்டு எழும். நமது மக்களின் உண்மை விடுதலை வென்றெடுக்கப் படும்! மக்கள் ஜனநாயகம் ஒன்றே நமது தேசிய வாழ்வின் அடிப்படை. தெளிவான, மகிழ்ச்சிமிக்க, வளமான தேசிய வாழ்வை நாம் உருவாக்குவோம்" என்று எழுதினார்.

1949 டிசம்பரில் ஜோஷி கட்சியை விட்டு விலக்கப்பட்டார். அதுவும் நாளேடு மூலமே தெரிவிக்கப்பட்டது அவரை மிகவும் நோகச் செய்தது. "பல செயல்பாட்டுத் தவறுகள், தவறான கொள்கையால் உருவாகுவன. மோசமான, இலட்சியமற்ற முறையில் உண்மையான, கட்டுப்பாடான உறுப்பினரை வெளியேற்றுவது தவறானது. நான் அவ்விதமாக வெளியேற்றப் பட்டுள்ளேன்.

"கட்சியின் விதிமுறைப்படி மத்தியக்குழு என்னைக் குறித்து, எடுத்த முடிவைப் பரிசீலனை செய்யக் கோரும் உரிமை எனக்கு உண்டு என்பதை என்னைப் போலவே நீங்களும் நன்கு அறிவீர்கள். மத்தியக் குழு ஓராண்டுக் காலம் இழுத்தடித்துப் பெரிய மனதுடன் தனது மோசமான ஆசையை நிறைவேற்றி உள்ளது.

நீங்கள் எத்தனை முயன்றாலும் என்னை நீங்கள் விரும்பும் தவறைச் செய்விக்க முடியாது. கட்சியை உடைத்து எதிரான அணியை உருவாக்கும் தவறு நடக்காது. எனது கட்சி மீதான எனது அர்ப்பணிப்பும், நன்றியும் மகத்தானது. எனது மதிப்புக்குரிய கட்சியின் கோபம் தாண்டி, என் கட்சிக்கு உண்மையானவன் நான்.

நடந்தவைகளுக்காக வருந்தும் நாள் வரும். உங்களது பிற தவறுகளுடன், நீங்கள் கட்சியின் கொள்கைகளை மீறி, எனக்கு உட்கட்சி உரிமைகளை வழங்காமல், கொள்கை தவறிய எதேச்சாதிகாரி போல, கட்சியின் விதிமுறைகளை மீறிக் கட்சியின் மூத்த உறுப்பினரான என்னை, இதுவரை இல்லாத வகையில் மோசமாக நடத்தியதற்கு கட்சியின்முன் பதில் தந்தாக வேண்டும். இதை நான் மிகுந்த பொறுப்புடனும், நீண்ட சிந்தனைக்குப் பின், எனது மனசாட்சியின் மீது நம்பிக்கையுடனும் கூறுகிறேன்" என்று எழுதினார்.

கட்சியின் மீது ஜோஷி கொண்ட அன்பு, மரியாதை ஆகிய வற்றின் சாட்சியானது அக்கடிதம். கட்சி தேச அளவில்

விரிந்து பரந்து, வளர அவர் பாடுபட்டார். கட்சியின் உறுப்பினர்களிடம் பேசும் போது, "தாயை விட்டுப் பிரியாத குழந்தைகள் போல நாம் கட்சியை விட்டு எப்போதும் பிரியாத தோழர்கள்" என்பார். வெளியேற்றிய அதிர்ச்சி, சோகம் இவற்றின் நடுவிலும் நன்றியும், உண்மையும் கொண்ட தோழராகத் தொடர்கிறார். எவ்விதக் குழு மனப்பான்மைக்கும், பிரிவினைக்கும் அவர் இடமளிக்கவில்லை. வாழ்நாள் முழுதும் தனித்து உலவினார். தமது செயலின் நியாயத்தைத் தனக்குள் விவாதித்து வருந்தினாரே தவிர, வேறு யாரிடமும் கட்சியைக் குறை கூறாது வாழ்ந்து வழிகாட்டியுள்ளார். தான் விதைத்து நீரூட்டி வளர்த்த மலர்க் கொடி பூத்துக் குலுங்குவதைக் காணக் காத்திருக்கும் தோட்டக்காரனாகவே கடைசி வரை வாழ்ந்தார்.

1948 ஜோஷியை நோகடித்த காலம். ஆழமான கொடிய மனவலியுடன் வாழ்ந்தார். 20 ஆண்டுகளுக்குப் பின்னர் அந்த வேதனை மிகுந்த அக்காலத்தை வருத்தத்துடன் நினைவு கூர்கிறார்.

"1948—50 எனது வாழ்வின் பயன்மிகு காலம். வேதனை மிக்க காயங்கள் வருத்தின. 1936—48 காலகட்டச் சாதனைகள் வலி போக்கும் மருந்தாகின. கட்சியின் தாக்குதல், இழிவுபடுத்தல், தனிமைப் படுத்தலுடன் சாபங்களையும், தூற்றுதல்களையும் தாங்கித் தாங்கி வாழ்ந்தேன். கொள்கை முதிர்ச்சியின்மை என்பது என்னைப் போலவே, கட்சியையும் பாதித்திருந்தது. வாழ்க்கை தரும் பாடத்தைக் கற்பது தவிர வேறு என்ன வழி? கட்சி நாட்டை முற்போக்கான பாதையில் நடத்தத் தேசபற்றுக் கொண்ட ஜனநாயக சக்தியுடன் கைகோர்த்து நடைபோட வேண்டியது தவிர்க்க முடியாதது" என்று எழுதினார்.

தவறுகளின் காலம்

மறுசிந்தனைக்கான காலம் மெல்ல வந்தது. பி.டி ரணதிவே வின் பாதைக்குச் சென்ற தோழர்கள் மெல்லத் தமது தவறை உணரத் துவங்கினர். சிலர் பின்னர் மனம் வருந்தி, "நாடு விடுதலை பெற்றுள்ள துவக்க காலத்தில் நாம் மேற்கொள்ளும் புதிய திட்டங்கள் ஏற்புடையனவா என்பதை மிகுந்த கவனத்துடன் ஆராய்ந்திருக்க வேண்டும்" என்றனர்.

1948—ல் கட்சியின் நிலைபாட்டை முழுமையாக ஆதரித்த

மூத்த தோழர் சத்யபால் டாங், "ஜோஷியின் வரலாற்றுப் பாதை அணுகுமுறை, ஆகஸ்டு 15 பற்றிய நிலை உண்மைக்கு மிக நெருங்கியது. இதைக் கட்சி ஏற்றிருந்தால் நேரு அமைத்த முதல் அமைச்சரவை மீது நமது கணிப்பு முழுமையாக எதிரானதாக இருந்திருக்காது. எச்சரிக்கையுடன் நேருவின் அரசை நாம் ஆதரித்து, வழிநடத்திப் பயன் பெற்றிருக்கலாம்" என்று எழுதினார்.

1948—ல் மாறுபட்ட நிலைபாட்டைப் பல தோழர்கள் வெளியில் ஆதரித்தபோதும், மனதுக்குள் வருந்திக் கொண்டிருந்தனர். அவர்கள் ஜோஷியின் அர்ப்பணிப்புமிக்க செயல்பாட்டால் கட்சிக்குள் ஈர்க்கப்பட்டவர்கள். அவர்கள் ஜோஷி மீது முரட்டுத்தனமாகச் சுமத்தப்பட்ட தாக்குதலைத் தொடர்ந்த ரணதிவே, டால்கே நடவடிக்கைகள் சந்தர்ப்பவாதமானது என்று கருதினார்.

ஜோஷி கட்சியை விட்டு நீக்கப்பட்ட முறை பற்றி நிகில் சக்ரவர்த்தி பின்னர் பூபேஷ் குப்தாவிடம் விவாதித்தபோது "ஜோஷியின் நீக்கம் பல தோழர்களுக்குப் பெரும் அதிர்ச்சியாக இருந்தது, எனினும் கட்சியின் பெரும்பான்மையினர் ஜோஷியின் பாதை தவறு, அவருக்கான ஆதரவு, தவறுக்குத் துணை போவதாகி விடும் என்று அஞ்சினர். கட்சித் தலைவர்கள் எத்தனை மன இரக்கமற்றவர்களாகச் செயல்பட்டனர் என்பதை நான் அறிவேன். நீங்களும் நானும் உழைக்கும் வர்க்கம் சார்ந்தவர்களல்லவே. எனவே நாம் ஜோஷியை ஆதரித்தால் வர்க்க எதிரி என்று முத்திரை குத்தி விடக்கூடும் என அஞ்சினோம்" என்றார்.

கட்சி தடை செய்யப்பட்டது. பல தோழர்கள் சிறைக்குள் தள்ளப்பட்டனர். பலர் தலைமறைவாகினர். இடதுசாரி சாகச வாதம் கட்சியை முழுமையாகச் சிதைத்து முடமாக்கியது. இதுபற்றி வங்கத் தோழியர் மணிக்குந்தலாசென், "வேலை நிறுத்தம் என்பது தொழிலாளர்களின் வலிமை மிக்க ஆயுதம். 1946 ஜூன் 29 அன்று மகத்தான வேலைநிறுத்தம் வெற்றிகரமாக நடத்தப்பட்டது. ஆனால் தேவையற்ற வேலைநிறுத்தங்கள் அந்த அற்புத ஆயுதத்தைக் கூர் மழுங்கச் செய்துவிடும். இதை 1949 இரயில்வே வேலைநிறுத்தம் நிரூபித்தது. வேலைநிறுத்தம் தோல்வி கண்டது" என்று எழுதினார்.

ஜோஷி காலத்தில் கல்கத்தா போக்குவரத்து, ட்ராம் தொழிலாளர் சங்கம் கம்யூனிஸ்ட்டுகளின் கரங்களில் பலம் வாய்ந்ததாக இருந்தது. எந்த நேரத்திலும் நகரை

ஸ்தம்பிக்கச் செய்து வலிமையைக் காட்டுவதாக இருந்தது. பின்னர் தொழிலாளர்களின் ஒத்துழைப்புக் குறைந்து போனது. விவசாயிகள் போலியான ஆவேச முழக்கங்களால் திசை தவறிப் போய் பல இன்னல்களுக்கு ஆளாயினர். விவசாய சங்கம் கரைந்து போகத் துவங்கியது. பம்பாயில் கூடிய மாணவர் மாநாட்டுப் பிரதிநிதிகளுக்குப் போலீஸ் தடையை உடைத்து ஊர்வலம் நடத்தக் கட்சி உத்தரவிட்டது. போலீஸ் நடத்திய துப்பாக்கிச் சூட்டில் பலர் காயமுற்று வீழ்ந்தனர். அதுபோல கல்கத்தாவில் 1949 ஏப்ரல் 27ல் நடத்திய துப்பாக்கிச் சூட்டில் நான்கு தோழியர்கள் கொல்லப்பட்டனர். சிறையிலிருந்த அரசியல் கைதிகளை விடுதலை செய்ய வேண்டுமென்ற கோரிக்கைக்காக உயிர்நீத்த அத்தோழியர்களுக்கு அஞ்சலி செலுத்தும் வகையில் சிறையில் உண்ணாவிரதம் மேற்கொள்ளப் பட்டது.

தலைமறைவு வாழ்க்கை மேற்கொண்டவர்கள் இரண்டாண்டுகள் வனவாசம் போல அவதிப்பட்டனர். பட்டினியிலும், பயத்திலும் பதுங்கி வாழ நேர்ந்தது. ஜோஷிக்கு நெருக்கமானவர்கள் யார் யாரெனத் தேடித் தேடிப் பலி வாங்கப்பட்டனர். 1950ல் கட்சித் தோழர்கள் இடதுசாரி சாகச வாதம் எத்தனை பயனற்றது என்பதை உணரத் துவங்கினர். இரண்டாண்டுகள் கடும் சோதனைகளின் முடிவாக சர்வதேசக் கம்யூனிஸ்ட்டு அமைப்பு இந்தியக் கம்யூனிஸ்ட்டுகளுக்குக் கைகொடுத்துப் புதைகுழியிலிருந்து தூக்கிவிட முன்வந்தது. ஜோஷி இதிலும் முக்கியப் பங்காற்றினார். ரணதிவேவின் தற்கொலைப் பாதை இயக்கத்தை எவ்விதம் சீரழித்தது என்ற விபரத்தைப் பேராசிரியர். பெர்னால் கல்கத்தாவுக்கு இந்திய அறிவியல் காங்கிரசில் பங்கேற்க வந்த போது தத் மூலமாகத் தெரிவித்தார். 1950ல் வெளிநாட்டுத் தோழர்களுக்கு எழுதிய கடிதத்தில், "நமது தலைமைக் குழு புரட்சி பற்றிப் பெரிதும் பேசியது, ஆனால் அது பற்றி எவ்விதமான ஆழ்ந்த பரிசீலனையும் செய்யவில்லை. அதுபற்றிய விளக்கமான ஆய்வுகூட நடத்தப்படவில்லை" என்று எழுதினார்.

1950ல் கோமின்பார்ம் தனது ஏட்டில் நீடித்த சமாதானத் திற்கும், மக்கள் ஜனநாயகத்திற்கும் என்ற கட்டுரையில் இந்தியக் கம்யூனிஸ்ட்டு கட்சியின் அக்கால கட்டச் செயல்பாடு தவறானது என்று எழுதியது. இந்தியாவின் ஜனநாயக சக்திகள் ஒன்றுபட்டு தேசிய முதலாளிகளுடன், தொழிலாளர் வர்க்கமும் கைகோர்த்து, ஏழை, பணக்கார விவசாயிகளுடன் கூடி ஒரு ஜனநாயகப் புரட்சியை மேற்கொள்ள வேண்டும்

என்றது. அது ஜோஷியின் நிலைபாட்டையே பிரதிபலித்தது.

1950 சிறப்பு மாநாட்டில் ரணதிவே கட்சிப் பொறுப்பிலிருந்து நீக்கப்பட்டார். தெலுங்கானா போராட்ட நாயகன் ராஜேஸ் வர்ராவ் கட்சியின் பொதுச் செயலாளரானார். சீனாவின் பாதை நம் பாதை என்ற முழக்கத்தை அவர்முன் வைத்தார். 1949 புரட்சிக்குப்பின் சீனா முன்னணிக் கட்சியாகப் பார்க்கப்பட்டது. எனினும் சரிவு தவிர்க்க முடியாததானது. இரண்டாண்டுகளில் 90,000மாக இருந்த உறுப்பினர் எண்ணிக்கை 9000மாக வீழ்ந்தது. இப்டா, முற்போக்கு எழுத்தாளர்கள் சங்கம் போன்றவற்றின் மூலமாகக் கட்சிக்குள் வந்த எழுத்தாளர்கள், கலைஞர்கள், கவிஞர்கள் என அனைவரும் கட்சியின் உறவிலிருந்து விலகத் துவங்கினர்.

இத்தனை மாற்றங்கள் வந்த பின்னும் கட்சி தனது அரசியல் நிலைபாட்டை மாற்றிக் கொள்ள முன்வரவில்லை. இந்தியாவை இன்னும் அரைக்காலனியாதிக்க நாடென்றும், நேரு ஒரு ஏகாதிபத்தியத்தின் ஏவல் நாய் எனவும் கம்யூனிஸ்ட்டு கட்சியின் அறிக்கைகளில் குறிப்பிடுவது தொடர்ந்தது. பீஜிங்கில் நடைபெற்ற ஆசியத் தொழிற்சங்க மாநாட்டிலும் இவ்வாறு கூறப்பட்டது. தெலுங்கானா வீரர்கள் கட்சித் தலைமை ஏற்றபின் அதே அழிவுப்பாதை புதிய வேகத்துடன் தொடர்ந்தது. ருஷ்ய மாதிரிக்குப் பதிலாகச் சீனப்பாதை என்பது தொழிலாளர் முன்னணிக்குப் பதிலாக விவசாயிகளை முன்னிறுத்துவோம் என்றது. ஆளும் குட்டி முதலாளித்துவ அரசு பிரிட்டிஷ் ஏகாதிபத்தியத்தின் கையாள் என்ற கருத்தே தொடர்ந்தது.

சரியான திசை காட்டி

மனிதர்கள் ஒன்று போலில்லை. நேருவுக்கும் பட்டேலுக்கும் உள்ள வேற்றுமையை ஜோஷி நன்கு அறிவார். எனினும் நேரு பற்றிக் கேள்வியற்ற ஏற்புக்கொண்ட ஜோஷி, நேருவின் அமெரிக்கப் பயணத்தின் நோக்கம் என்ன என்பதை நாம் மக்களிடம் விளக்கவேண்டுமென ரணதிவேவிடம் கூறினார். நாட்டின் புத்துருவாக்கத்தில் கம்யூனிஸ்ட்டுகள் ஆக்கப்பூர்வமான பங்களிப்பைத் தருவது அவசியம் என்றார். கம்யூனிஸ்ட்டுகளின் குறைவான பலம்கூட காங்கிரசில் வலதுசாரிகளின் எழுச்சியைக் கட்டுப்படுத்தியது. நேரு போன்ற நடுப்பாதையினர், துணிவுடன் வலதுசாரிகளை

எதிர்க்கும் வலிமையைத் தந்தது.

புதிதாக உருவாகிய குடியரசுக்கு இடதுசாரிகளின் துணை இல்லாமல் போனால், வலதுசாரிகளின் ஆதிக்கம் காங்கிரசில் வளர்ந்து, அவர்களின் சமூக நோக்கமற்ற பேராசையால் நாடே பாதிக்கப்படும் என்று எச்சரித்தார். 1949ல் சீனா விடுதலை பெற்றவுடன் அதை அங்கீகரிக்க வேண்டும் என்று ரணதிவே தலைமை கோரவில்லை. மாறாக ஏகாதிபத்தியத்தின் ஏவல் நாய் நேருதான் ஏகாதிபத்திய எதிர்ப்புகளைப் புறந்தள்ளி மாவோவை அரவணைத்தார்.

தெலுங்கானா பாதையை டாங்கே, அஜய்கோஷ், காட்டே போன்ற தலைவர்கள் விமர்சித்து எதிர்த்தனர். மூன்று பி ஆவணம் எனும் புனைப்பெயரில் தெலுங்கானா நிலை பற்றிய எதிர்ப்பை நாடு முழுதும் அனுப்பினர். அதில் நேரு அரசு தேசிய முதலாளிகளின் நலனுக்கான, நிலப்பிரபுக்கள், ஏகாதிபத்தியம் ஆகியவற்றின் கையாளான அரசு என்று விமர்சித்தனர். இந்தியா ருஷ்யா, சீனா பாதையைப் பின்பற்றாமல், தனக்கான பாதையில் இந்தியாவுக்காக ஆயுதப் புரட்சி மூலம் மாற்றத்தைக் கொண்டுவர வேண்டுமென்றனர்.

“புதிய இந்திய அரசு இடதுசாரிகளின் ஒத்துழைப்பால் நிற்பது அல்ல. ஆனால் அது அனைத்து நிலப்பிரபுக்கள், வலதுசாரி சக்திகள், பேராசை கொண்ட முதலாளிகளை உள்ளடக்கியது. அவர்கள் ஊழல்வாதிகளாகவும், ஊழலை வளர்ப்பவர்களாகவும் உள்ளனர்” என்றும் எழுதினார்.

பி.சி. ஜோஷி ரணதிவே, டாங்கே இருவரின் நிலையையும் எதிர்த்தார். இந்திய சுதந்திரம் போலியல்ல. உயிர்த்துடிப்புள்ள உண்மை. நாட்டைக் காத்து நல்வழி நடத்தக் காங்கிரஸ், கம்யூனிஸ்ட்டு, மற்றும் இடதுசாரி ஜனநாயக சக்திகள் ஒன்றுபட்ட தேசிய அரசு உருவாக்குவதே சரியானது. 1951 கல்கத்தாவில் நடந்த சிறப்பு மாநாட்டில் ஜோஷியின் வழி ஏற்கப்படவில்லை. மூன்று பி திட்டமே அடிப்படையானது. ராஜேஸ்வர ராவ் தலைமையிலிருந்து நீக்கப்பட்டு அஜாய் கோஷ் தலைமையேற்றார். 1951 ஜுன் 1 அன்று ஜோஷி மீண்டும் கட்சியில் சேர்த்துக் கொள்ளப்பட்டார். “பி.சி.ஜோஷியைக் கட்சியை விட்டு விலக்கியது தவறானது, நியாயமற்றது” என்று கூறிய போதிலும், ரணதிவேவுக்குப் பின் வந்த தலைமையுடன் இணைந்து போக அவர் சம்மதிக்கவில்லை. எனக்குச் செய்யப்பட்ட அநீதியில் அவர்களும் பங்காக இருந்தனர்” என்று மறுத்தார். மனதில் ரணதிவே தன்னை நடத்திய

மோசமான முறை, சுமத்திய குற்றச்சாட்டுகள் ஜோஷி மனதில் ஆழமான வடுவாக இருந்தது. எனினும் ரணதிவே நடத்தப்பட்ட முறையை அவர் ஏற்கவில்லை. தொடர்ந்து நடக்கும் நிகழ்வுகள் கட்சி ஒன்று என்ற போர்வையில் நடக்கும் கொள்கையற்ற போக்கு, குழு மனப்பான்மை ஆகியவற்றை அவர் எதிர்த்தார்.

கட்சியின் உள்போட்டிகளிலும் தீவிர விவாதத்தைத் தவிர்த்த போதும், தத்துவப் போராட்டத்தை விடாது தொடர்ந்தார். தான் இளமைக் காலத்தைக் கழித்த அலகாபாத் வந்து சேர்ந்தார். அங்கு ஓ.பி. சைகலை ஆசிரியராகக் கொண்டு இந்தியா டுடே மாத இதழைத் துவக்கினார். தனது கருத்துக்களைக் கட்சி உறுப்பினர்களுக்குச் சுற்றுக்கு விடவில்லை என்ற காரணத்தால் இதைத் துவக்குவதாகக் கூறினார். “நான் எனது தத்துவ நிலைபாட்டை மக்களுக்குக் கூற விரும்புகிறேன். நான் இதைக் கட்சிக்கான அதிகாரப்பூர்வமான ஏட்டைத் துவங்கும் வரைத் தொடர்ந்து நடத்துவேன். கட்சியால் நடத்த முடியாதென்றால் நான் மாநில மொழிகளில் நடத்துகிறேன். எனக்கான வருமானத்தைப் பத்திரிக்கையாளனாகிப் பெறுவேன். அல்லது பல்கலைக் கழகத்தில் பணியாற்றச் செல்வேன். எனக்குப் பத்திரிக்கையாளனாவதே விருப்பமானது” என்று எழுதினார். கட்சியை நேரடியாக எதிர்க்காமல், கட்சியின் கடைநிலை உறுப்பினர் அல்லது அனுதாபி என்ற நிலையில் தனது தத்துவப் பிரச்சாரத்தைத் தொடர முடிவு செய்தார். *1951* நவம்பர் இதழில் — இந்தியா — சீனா சோவியத் உறவின் அவசியத்தை வலியுறுத்தி எழுதினார்.

இந்தியாவும் சீனாவும் சோவியத்தும் பொருளாதார ஒத்துழைப்பை மேற்கொண்டால் நமது உணவுப் பிரச்சினை தீரும். நமது நாடு தொழில் வளம் பெறும். இந்தியாவின் முன்னேற்றம், ஆசியாவின் சுதந்திரம், உலக அமைதி என அனைத்தின் அடித்தளமாகி இந்த ஆண்டு விழாவில், சீனாவின் விடுதலை ஒட்டிய காலகட்டத்தில், நமது நான்காண்டு கால அனுபவப் பின்னணியில் இந்த ஒற்றுமையும் நட்பும் ஏகாதிபத்தியச் சிலந்தி வலையிலிருந்து நாம் விடுபடுவதற்கான நல்ல வழியாகும்“ என்று எழுதினார்.

1952 தேர்தலில் காங்கிரஸ் மகத்தான வெற்றி பெற்றது. ஜோஷி அதை நடுநிலையுடன் ஆய்வு செய்து, காங்கிரசின் வெற்றியை இடதுசாரிகள் அலட்சியம் செய்யக் கூடாது என்றார்.

1952 இந்தியா டுடே ஏட்டில், "எதிரியினது வெற்றியின் உண்மை மதிப்பை உணராமல், பலவீனம் என்று முடிவு செய்வது எவ்வகையிலும் உதவாது. காங்கிரஸ் மக்களிடம் தேவையான அளவு மதிப்பைப் பெற்றுள்ளது என்பதைத் தேர்தல் உணர்த்துகிறது. இடதுசாரிகள் மக்களின் நன்மதிப்பைப் பெற முயற்சிக்க வேண்டும். பிரிட்டீஷ் ஏகாதிபத்தியம் தனது நீண்ட அனுபவம், முதிர்ச்சி, வஞ்சகம் காரணமாகத் தலைமை இடத்தைப் பிடித்துள்ளது. காங்கிரசும் நீண்ட அனுபவம் பெற்ற தலைவர்களைப் பெற்றுள்ளது. இந்தத் தேர்தலில் காங்கிரஸ் மிகச் சாதுரியமாகத் தனது தேசிய மதிப்பின்மூலமும், கவர்ச்சியான பேச்சின் மூலமும், தனது நிலையை உறுதி செய்துள்ளது. தனது மக்கள் விரோதச் செயல்பாடுகளை நம்பச் செய்துள்ளது காங்கிரஸ். நாடு முழுதும் அறியப்பட்ட, அங்கீகாரம் பெற்ற அரசியல் கட்சி, மரபு சார்ந்த நமது மக்களைக் கவர்ந்து வாக்குகளைப் பெறும் திறமை படைத்தது. இந்த உண்மையான காங்கிரசின் பலமான பகுதிகளை நாம் மறந்து விடக்கூடாது. இவற்றை உணர்ந்து வெற்றிகரமான மாற்று வழிகளை நாம் காண வேண்டும். அதன் மூலம் காங்கிரசை வெல்ல முடியும்" என்று எழுதினார்.

"பரந்த வலுவான ஐக்கிய முன்னணி மூலமே நாம் கட்சி சாராத முக்கியத் தலைவர்களை உள்வாங்கி, மதிக்கத்தக்க ஒரு முன்னணியைக் கட்ட முடியும் என்பதைத் தேர்தல் முடிவுகள் உணர்த்துகிறது. காங்கிரஸ் எதிர்ப்பு அலையைப் பிற வலதுசாரி சக்திகள் பயன்படுத்திக் கொள்வதைத் தடுக்கும் வழியைக் கண்டுபிடிக்க வேண்டும். திரிபுவாதிகளைத் தனிமைப்படுத்த வேண்டும்" என்று எழுதினார்.

ஜனநாயக ஐக்கிய முன்னணியின் தேவையை ஜோஷி சரியாகவே உணர்ந்திருந்தார். கட்சி சாரா இடதுசாரித் தலைவர்களின் மதிப்பையும் அவர் சரியாகக் கணித்திருந்தார், "கட்சி சாராத இடதுசாரித் தலைவர்கள் நமது நாட்டின் மதிப்பைப் பெற்ற முக்கியமானவர்கள். அவர்கள் நம்முடன் நிற்பது நமக்கு மகத்தான வலிமையைக் கூட்டும்" என்று எழுதினார்.

ஜோஷி இந்தியா டுடே இதழின் மூலம் இடதுசாரி ஒற்றுமையை வளர்க்க முயன்றார். இதுவே கட்சிக்கு முரண் படாமல் கட்சி நலனுக்குச் செய்யும் சேவை என்று கருதினார். பதினோரு மாதங்களுக்குப் பின் இதழை நிறுத்தக் கட்சி கட்டளை இட்டது. ஜோஷி கான்பூருக்குத் தொழிற்சங்கப் பணிக்காக அனுப்பப்பட்டார். மாவட்டக் கட்சியின்

செயலரானார். தீவிரமாக வேலை செய்து கம்யூனிஸ்ட்டு அல்லாத முற்போக்கானவர்களை இணைத்து ஒன்றுபட்ட தொழிற்சங்கத்தை அர்ஜுன் அரோரா தலைமையில் உருவாக்கினார். பின்னர் ஜோஷி தலைமறைவாகிப் பல்வேறு வேலைநிறுத்தக் குழுக்களை உருவாக்கி 84 நாட்கள் ஐவுளித் தொழிலாளர் வேலைநிறுத்தத்திற்கு அடித்தளமமைத்தார். அரோரா எஸ்.எம்.பானர்ஜி போன்றவர்கள் அதில் முன்னிலையில் நின்றனர். தலைமறைவு அணி, வெளியில் உள்ள அணி என இரண்டும் அற்புதமான ஒற்றுமையுடன் செயல்பட்டு வெற்றி ஈட்டினர்.

மீண்டும் புதிய பாதை

1952 டிசம்பரில் ஜோஷி வியன்னாவில் நடைபெற்ற உலக சமாதான மாநாட்டில் பங்குபெறச் சென்றார். திரும்பும் வழியில் இலண்டன் சென்று ப்ராட்லபி போன்ற இடதுசாரித் தலைவர்களைச் சந்தித்தார். குறிப்பாகப் பாமிதத்துடன் கலந்தாலோசித்தார். "தத்துவார்த்த பலவீனம் கம்யூனிஸ்ட்டு கட்சியின் முக்கியப் பிரச்சினை. அஜாய் கோஷ் தவறு செய்யலாம். ஆனால் அவர் உண்மையான தலைவர். அவர் மாற்றங்களை ஏற்றுக் கொள்வார். நீங்கள் உறுதியுடன் செயல்படவும் நிறையச் சிந்திக்கவும் லெனினினது சமரசம் பற்றிய ஆய்வுரையையும் படிக்கவும். அவரது பேரறிவு நமக்குத் தோழர்களுடன் இணங்கிச் செயல்படும் திறமையைத் தரும்" என்று வழிகாட்டினார்.

1955ல் ஆந்திராவில் கம்யூனிஸ்ட்டு தோல்வியும், அதைத் தொடர்ந்து ஆவடி காங்கிரஸ் மாநாடும் தொடர்ந்து வந்தன. குருசேவ்வின் வரவு கம்யூனிஸ்ட்டு இயக்கத்தில் பெரும் மாறுதலை உருவாக்கியது. கம்யூனிஸ்ட்டுகளின் புதிய மறுசிந்தனைக்கு அது வழிவகுத்தது. ஜோஷி சுறுசுறுப்பாகச் செயல்பட்டார். கம்யூனிஸ்ட்டு கட்சியின் செயல்பாட்டு யுத்திகள் பற்றிப் பல சிறுசிறு விவாதங்களைப் பல இடங் களில் நடத்தினார். டாங்கே அஜாய் நிலைபாடு ரணதிவே நிலையிலிருந்து பெரிதும் மாறுபட்டதல்ல என்று ஜோஷி கருதினார். வன்முறையைக் கைவிட்டது ஒன்றே வேறுபாடு. காங்கிரஸ் எதிர்ப்பு இடதுசாரித்தன்மை பழைய சிந்தனையின் புதிய வடிவம் இரண்டாவது ஐந்தாண்டுத் திட்டத்தைப் புரிந்து கொள்ளாமை, பாண்டூங் மாநாடு, சீனா, ருஷ்யாவுடன் வளர்ந்து வரும் இந்திய நட்பு, நேருவின்

நல்லுறவு ஆகியவற்றைப் புரிந்து கொள்வதில் பெரும் தடை இருந்தது.

கட்சிநிலை வேறாக இருந்தபோதும், ஜோஷியின் நிலைபாடு சரியாகவே இருந்தது. இந்தியாவின் நிலைபாடு கொரியா இந்தோசீன ஒப்பந்தத்தில் சரியாகவே இருந்தது. பஞ்சசீலம், குருசேவ் இந்திய வருகை, நேருவின் சோவியத் பயணம் ஆகியவை சமாதானம் மற்றும் முன்னேற்றத்திற்கான வாசலைத் திறந்து விட்டன.

1956 பாலக்காடு கம்யூனிஸ்ட்டு மாநாடு வரலாற்றில் முக்கியத்துவம் பெற்றது. இந்திய விடுதலை பற்றிய நல்ல புரிதல் நேருவின் முற்போக்கான உள்நாட்டு, வெளிநாட்டுக் கொள்கைகள், ஏகாதிபத்திய எதிர்ப்பு, நிலச்சுவான் எதிர்ப்பு போன்ற முற்போக்குக் கொள்கைகள் புரிந்து கொள்ளப்பட்டன. மகலாளோ பிஸ் போன்ற முற்போக்காளர்கள் இத்திட்டமிடலுக்குக் காரணம். ஜோஷி இந்த மாற்றங்களைப் புரிந்து கொண்டு, ஒன்றுபட்டுப் போராடும் ஏகாதிபத்திய, எதிர்ப்பு நிலைபாடு கொண்ட தீர்மானத்தை ஜோஷி கொண்டு வந்தார். இது பெரும் கொள்கை மாற்றத்தின் அறிகுறியானது. நான் ஒரு பக்கம், ரணதிவே குழு ஒருபக்கம் என இருவரிடையே கடினமான பயணத்தை அஜாய் கோஷ் மேற்கொள்ள வேண்டியவரானார். பாலக்காடு மாநாடு கட்சிக்குச் சரியான திசையைக் காட்டியது. எனினும் இடதுசாரித் தீவிரவாதச் சங்கிலி முற்றாக அறுக்கப்படவில்லை.

கம்யூனிஸ்ட்டுகளின் பிடிவாதமான தீவிர சிந்தனை நாட்டின் முன்னேற்றத்திற்கான அவர்களின் பங்களிப்பிற்குத் தடையானது என்று ஜோஷி கருதினார். அரசின் குறைகளைச் சொல்வதுடன் நில்லாது, அதைச் சரிசெய்து நாட்டின் முன்னேற்றத்திற்கு உதவும் கடமையும் கம்யூனிஸ்ட்டுகளுக்கு உண்டு. இதன் காரணமாகவே காங்கிரசுள் கம்யூனிஸ்ட் எதிர்ப்பு அணி பலம் பெற்று வருகிறது என்றார்.

ஆயுதமின்றி ஆட்சி இயலும்

1957 பொதுத் தேர்தலில் உலகின் முதன் முதலாக ஜனநாயகத் தேர்தல் வழியாக ஆட்சிக்கு வந்து கம்யூனிஸ்ட்டு கட்சி பதவியேற்ற வரலாற்றுச் சிறப்பு கேரளத்தில் நிகழ்ந்தது. ஜோஷி சுய விமர்சனத்துடன் இதை எதிர்கொள்ள

வேண்டுமென எச்சரித்தார். ஆனால் இந்த எச்சரிக்கை புரிந்து கொள்ளப்படவில்லை. "நமது பிடிவாதப்போக்கால் வெற்றி பெற்ற கேரள அரசாட்சியை காப்பாற்றிக் கொள்ள முடியவில்லை" என்று ஜோஷி வருந்தினார்.

நாட்டு உருவாக்கத்தில் நாம் காட்டிய நடைமுறைக்கொவ்வாத பிடிவாதத்தால் வலதுசாரி சக்திகள் பலம் பெறத் துவங்கின. வலதுசாரி மதவாத சக்திகளின் எழுச்சியை 1950களிலேயே உணர்ந்து ஜோஷி எச்சரித்தார். நேருவின் மரணத்தின் பின், "நமது பிடிவாதமான சுய கௌரவச் செயல்பாட்டால் உண்டான தவறு காரணமாக வலதுசாரிகள் வலிமை பெறவும், ஜனநாயக சக்திகள் பலவீனமாகவும் காரணமானது" என்று எழுதினார்.

ஜோஷி மத்தியக் குழுவுக்குத் தேர்ந்தெடுக்கப்பட்டு டெல்லிக்கு வந்தார். "நான் டெல்லி தலைமை அலுவலகத்திற்கு வந்தது, நான் செய்த மாபெரும் தவறு. உத்தரப்பிரதேசத்தில் மக்கள் அணியைத் திரட்டிக் கட்சியை வளர்க்கும் வாய்ப்பை — உள்ளூர்த் தலைவர்களை உருவாக்கும் பொறுப்பை — விட்டுவிட்டு நிர்வாகப் பொறுப்பை ஏற்க டெல்லி வந்தது, இயக்க வளர்ச்சிக்குப் பேரிழப்பு என்பதைப் பின்னர் உணர்ந்தேன்" என்று வருந்தினார்.

1962 வரை கட்சியில் ஏடு நியூ ஏஜ்ஜை ஆசிரியர் பொறுப்பிலிருந்து நடத்தினார். டெல்லியில் அவர் அரசியல் கைதி போலவே உணர்ந்தார். தான் நம்பி ஏற்காத பல கருத்துக்களை எழுதும் போது குற்ற உணர்ச்சியால் வாடினார். கட்சியிலிருந்த குழு மனப்பான்மை, அதிகாரத்தன்மை ஆகியவை அவரைச் சலிப்புறச் செய்தன.

ஜோஷி ஒரு சிறந்த இதழியலாளர். அவருடைய சர்வதேச, தேசிய, உள்ளூர்ச் செய்தி விமர்சனங்கள் கட்சி தடை செய்யப்பட்டிருந்த காலத்தில் கூடப் பல ஏடுகளில் வெளிவந்தன. நியூஏஸ் பத்திரிக்கை வளர்ச்சிக்கு உதவினார். 1961 மார்ச் 12 அன்று ஜபல்பூரில் நடைபெற்ற கலவரம் பற்றிய அவரது நீண்ட ஆய்வுக்கட்டுரை, தீர்க்கதரிசனத்துடன் மதவாத அமைப்புகளான ஆர்.எஸ்.எஸ், ஜனசங் போன்றவற்றின் ஆபத்தை எச்சரித்துள்ளது வியப்பளிப்பதாக உள்ளது. காங்கிரஸ் எதிர்ப்பில் மூழ்கிய கம்யூனிஸ்ட்டுகள், மதவாத எழுச்சியின் ஆபத்தை உணர வேண்டுமென எச்சரித்திருந்தார். ஜோஷி ஜபல்பூர் சென்று மக்களிடம் பேசி உண்மை நிலையைப் படம் பிடித்து எழுதினார். ஜனசங் தனது

பரிவாரத்தைக் கொண்டு சிறுபான்மை முஸ்லிம்களைத் தாக்கி மதக் கலவரத்தைத் தூண்டியது. போலீஸ் அதை மௌனமாகப் பார்த்துக் கொண்டிருந்தது. மத்திய செய்தி நிறுவனம் பிடிஐ கூட அவர்களின் ஆளுமையால் முற்றிலும் மாறான தகவலை வழங்கியது. மதச்சார்பற்ற கட்சிகளுக்கு இது ஒரு சிறந்த பாடம் என்றார்.

“மத்தியப் பிரதேசத்தில் நடந்த மதக் கலவரம், ஜனசங்கின் ஒரு முன்மாதிரி முயற்சி. முற்போக்கு மதசார்பற்ற ஜனநாயகக் கட்சிகள் இதிலிருந்து பாடம் கற்கத் தவறினால் நாட்டுக்கே பேராபத்தாகி விடும். மதக் கலவரத்தை வளர்த்து தேர்தலில் வெற்றி பெற இந்துக்களின் காவலன் என்ற வேடத்தைப் பயன்படுத்த முயல்கின்றனர். முஸ்லிம்கள் பாகிஸ்தானுக்கு ஆதரவான துரோகிகள் என்ற முத்திரை குத்த முயல்கின்றனர்” என்று எழுதினார்.

சீனப்படையெடுப்பு - இருவேறு பாதைகள்

சீனப் படையெடுப்பு கம்யூனிஸ்ட்டு கட்சிக்குப் பெரும் சவாலாகிப் பின்னடைவைத் தந்தது. சீனாவைப் பெரும் நண்பன் என நம்பிய நேருவுக்கு இது பலத்த அடியாக விழுந்தது. இராணுவ அமைச்சர் கிருஷ்ண மேனன் ராஜினாமா செய்ய நேர்ந்தது. கட்சியில் ஒரு பிரிவினர் சீனா ஆக்கிரமித்துள்ளது என்பதையே ஏற்க மறுத்தனர். சீன ஆதரவாளர்கள் என்று பலர் கைது செய்யப்பட்டபின் கட்சியுள் குழப்பமும், வேறுபாடும் அதிகரித்தது. தத்துவார்த்த முரண்பாடுகள் சீனப் படையெடுப்பின் பிறகு வளர்ந்தது.

“இடதுசாரிகள் சீனாவின் பிடிவாதமான சீடர்களாக உள்ளதை சீனாவின் படையெடுப்பின் பின்னான நிகழ்வுகள் நிரூபித்தன. நாட்டின் தேசபக்தி மிக்க பெரும்பான்மை மக்களின் கருத்தை விடவும், உலகக் கம்யூனிஸ்ட்டு நாடுகள் சோவியத் வழியில் கூட்டாக சீனா தவறு என்ற போதும், அந்தக் குழுவினர் தமது நிலையில் உறுதியாக நின்றதன் காரணமாகக் கட்சியின் பிளவு தவிர்க்க முடியாததானது.

சீனப் படையெடுப்பு கட்சியுள் இருந்த பிளவு சக்திகளை புலப்படுத்தியது. அவர்கள் பிரிட்டீஷ் ஆட்சிக்காலத்தில் சிறையிலிருந்து வெளிவர எழுதிய கடிதத்தைக் காலம் பார்த்து வெளியிட்டு, அவரை பிரிட்டீஷ் ஏஜண்ட் என்று பிரச்சாரம் செய்தனர். ஜோஷி டாங்கே தாமாக முன்வந்து

ராஜினாமா செய்து பிரச்சினைக்கு முற்றுப்புள்ளி வைக்க வேண்டுமென்றார். ஜோஷியின் கருத்து ஏற்கப்படவில்லை. தலைவர் கட்சியுள் பிளவு வளர அனுமதிக்கக் கூடாது எனக் கருதினார். ஜோஷி அம்முடிவை அறச் சார்பாகவும், அரசியல் சார்பாகவும் ஏற்க முடியாது என்று மறுத்தார். கட்சித் தலைமை பெரும்பான்மை முடிவையே ஏற்கும். கட்சியின் அடிமட்டத் தோழர்கள் அரசியல் ஞானமற்றவர்கள் 1950 முதல் இருந்து வருகின்றனர். மேலும் காங்கிரஸ் எதிர்ப்பு உணர்வை வளர்ப்பதன் மூலம் எளிதாக மக்களை உணர்வூட்ட முடியும். டாங்கே எதிர்ப்பாளர்கள் பிளவுக்குத் தயாராகினர்.

கட்சிப்பிளவு தவிர்க்க முடியாததானது. 1964 டெல்லி தேசியக்குழுவில் பெரும்பான்மையானவர்கள் வெளியேறினர். கல்கத்தாவில் இவர்களின் குழு தனியாக ஒரு கட்சி மாநாட்டை நடத்தினர். ஜோஷி டாங்கே தேசியக் குழுவின் தலைவராக இருப்பதை எதிர்த்தார். ஆனால் 1964 டிசம்பர் பம்பாய் மாநாட்டில் நடுநிலை வகித்தார். டாங்கே மீண்டும் அப்பதவிக்குத் தேர்ந்தெடுக்கப்படுவதை எதிர்த்துத் தனது மத்தியக் குழு சிறப்பு உறுப்பினர் பதவியை ராஜினாமா செய்தார்

கட்சிப் பிளவு ஜோஷியை மிகவும் வேதனையுறச் செய்தது. "இது என் இதயத்தை நொறுக்குவதாக இருந்தது. 40 ஆண்டுக்காலம் நம் வாழ்வை அர்ப்பணித்துக் கட்டிய மாளிகையை உணர்வின்றி நாம் இடிக்கிறோம். என் இதயம் முன் எப்போதும் இல்லாத அளவு நொந்து போயுள்ளது" என்று வருந்தி எழுதினார்.

பம்பாய் காங்கிரசிற்குப் பின் அவர் கட்சியின் மைய அலுவலகத்தில் பணிபுரிய எவ்வளவு வற்புறுத்தியும் மறுத்து விட்டார். உத்தரப்பிரதேச மாநிலத்தின் உறுப்பினராகிச் சென்றார். அங்கும் அவரால் மனநிறைவுடன் பணியாற்ற முடியவில்லை. உடல்நலக் குறைவால் அவதிப்பட்டு, சானிடோரியத்தில் சிகிச்சை பெற்றார். நிறையப் படித்தார். கட்சி வரலாறு பற்றி ஆய்வு செய்தார்.

தேசபக்தியில் நாம் குறைந்தவர்களல்ல

ஜோஷி இடதுசாரி சிறுபிள்ளைத்தனத்தை எப்போதும் எதிர்த்து வந்தார். சீனப் படையெடுப்பின் பின் உரக்கத் தன் எதிர்ப்பைத் தெரிவித்தார். எனினும் அவர்கள் பாதுகாப்புச்

சட்டத்தில் கைது செய்யப்பட்ட போது அவர்களது விடுதலைக்கு முயன்றார். உள்துறை அமைச்சர் குல்சாரிலால் நந்தா ஆயிரக்கணக்கானவர்களைச் சிறையிலடைத்தார். இது நாடாளுமன்ற ஜனநாயகத்திற்கு எதிரானது, அரசியல் சட்டத்தை மதிக்காத தவறு என்றார்.

அரசியலும், பொது அறமும் முரண்படும் போது, உள்துறை அமைச்சர் ஒரு கட்சியினரைத் தேசத்துரோகிகள், சட்ட விரோதமானவர்கள் என்பது தவறு என்று வாதிட்டார். உணர்ச்சி வசப்பட்டு அவர் அவ்விதம் கூறியிருந்தாலும், ஒரு முதிர்ந்த அரசியல்வாதி என்ற நிலையில் இடதுசாரிகள் கேரளா போன்ற மாநிலத்தின் மிகப் பெரிய கட்சியாக வெற்றி பெற்று மக்கள் பிரதிநிதியாகியுள்ளபோது அவர்களின் தேச பக்தியைச் சந்தேகிப்பது தவறு என்றார்.

ஜோஷி கட்சி எல்லை கடந்த நாட்டுப் பற்றும் சோசலிச இலட்சியமும் கொண்டவராக வளர்ந்தார். நாட்டின் முதன்மை எதிரி யார்? எது? என்பதை அறியாதது நாட்டின் பெரும் சாபம் என்றார். மார்க்சிஸ்ட் கட்சி இதை அடையாளம் கண்டு, எதிர்க்காதது கண்டு வருந்தினார்.

"மார்க்சிஸ்ட் கட்சித் தலைவர்கள் அவர்களின் புரிதலின் அடிப்படையில் என்னை ஒரு வலதுசாரி என்றும், இந்தியக் கம்யூனிஸ்ட்டு கட்சியை வலதுசாரிக் கம்யூனிஸ்ட்டு கட்சி என்றும் இழிவு படுத்துகிறார்கள். உண்மையில் இந்தியாவில் ஒரு மகத்தான சோசலிசப் புரட்சிக்கான வாய்ப்பு இருந்து, அதற்கு மார்க்சிஸ்ட்டு கட்சி தலைமை தாங்குமானால், நான் நிச்சயம் அப்படையின் வீரனாக என்னை முன்னிறுத்திக் கொள்வேன். கையில் செங்கொடி பலவீனப்பட்டு மெல்ல மெல்லச் சாவது புத்திசாலித்தனம் என்று ஏற்கமாட்டேன். இருண்ட ஆவணக் காப்பகத்தில் அமர்ந்து, புழுதி படிந்த பழைய ஆவணங்களைத் தேடிப் பிடித்து, நாம் எவ்விதம் எங்கு தவறு செய்தோம், ஏன் நம் கட்சி பிளவுபட்டது என்பதை இரத்தம் கசியும் இதயத்துடன் ஆராய்வது மகிழ்ச்சி தருவதல்ல. வேறு எந்தக் கட்சிக்கு இத்தகைய பெருந்திரளான தன்னலமற்ற தியாகம் புரியும் தோழர்கள் உள்ளார்கள்?

வரலாறு பல்வேறு திசைகளில் ஓடிக் கொண்டிருக்கும் நம்மை ஒன்றுபடுத்திச் சங்கமிக்கச் செய்து, மக்களுக்கான மக்களுக்கு எதிரான என்ற இரு அணிகளாகப் பிரிந்து நின்று கட்டளையிடுகிறது. நம்முன் பாதை உள்ளது. நாம் எவ்வழி பயணிக்கப் போகிறோம்? சமூக முன்னேற்ற மாற்றத்திற்காகவா?

தேங்கி நிற்கும் பிற்போக்குத்தனத்திற்காகவா? நாம் எந்தப் பக்கம்? இது நாம் முடிவு செய்ய வேண்டிய தருணம்" என்று எழுதினார்.

"இந்திரா காந்தி மிகவும் கம்யூனிஸ்ட்டுகளைச் சார்ந்தும், அவர்களிடம் பரிவுடனும் உள்ளார். இந்தியாவை சோவியத் ருஷ்யாவின் துணை மாநிலமாக்க நினைக்கிறார்" என்று வலதுசாரிகள் சொல்வதன் பொருளைக் கம்யூனிஸ்டுகள் புரிந்து கொள்ளவில்லை. அரசியல் போர்க்களத்தில் முக்கிய எதிரி யார் என்பதையும், கூட்டாளிகள் யார் என்பதையும் புரிந்து கொள்ளும் தெளிவு ஓர் அரசியல்வாதிக்கு அவசியம். இந்திரா காந்தி அரசின் தன்மையைப் புரிந்து கொள்வதில் கம்யூனிஸ்ட்டுகள் வேறுபடுகிறார்கள்.

"இந்திரா அரசின் வெளியுறவுக் கொள்கை, அதன் ஏகாதி பத்திய எதிர்ப்பில் தேசிய பூர்ஷ்வாக்களில் அவர் எப்படி உள்ளார் என்பதற்கான சான்று. அவர் புதிய காலனியாதிக்க ஆபத்தை நன்கு உணர்ந்து, அது நம் நாட்டின் நலனுக்கு ஆபத்து என்பதைப் புரிந்து கொண்டுள்ளார். இது வலதுசாரிகள் கையில் போனால் எத்தகைய ஆபத்து என்பதைப் புரிந்து கொள்ள வேண்டும்" என ஜோஷி வாதிட்டார்.

கம்யூனிஸ்ட்டு கட்சியை காங்கிரசின் மறைமுகமான ஏஜண்ட் என்றனர். பம்பாய் காங்கிரசில் கம்யூனிஸ்ட்டு கட்சி முஸ்லீம் லீக்குடன் உறவை விலக்க முடிவு செய்தது. ஆனால் மார்க்சிஸ்ட்டு கட்சி காங்கிரசுக்கு எதிரான அணி என்று லீக்கை ஆதரித்தது. அதனால் 1965ல் மார்க்சிஸ்ட்டு கட்சி கேரளாவில் மகத்தான வெற்றி பெற்றது. கம்யூனிஸ்ட்டு கட்சி பேரதிர்ச்சிக்குள்ளானது. அதனால் காங்கிரஸ் எதிர்ப்பு நிலையைத் தானும் மேற்கொண்டது. பின் சம்யுகித்வித்யாகதன் கூட்டணியில் (எஸ். யு.டி) ஜனசங்குடன் அரசு அமைக்கும் தவறைச் செய்தது.

ஜோஷி மதச்சார்பான கட்சிகளுடன் கூட்டணி அமைப் பதற்கு எதிராக இருந்தார். அற்பமான தற்காலிக நலன்களுக்காக நாட்டு நலனைப் பலியிடக் கூடாதென்றார். ஜனசங்கின் ஆதரவாளரான காலா சுப்பாராவை ஆதரித்து ஜாகீர் ஹுசேனைப் போன்ற காந்தியத் தலைவரை 1967 ஜனாதிபதித் தேர்தலில் கம்யூனிஸ்ட்டு கட்சி ஆதரித்ததை அவர் ஏற்றுக் கொள்ளவில்லை. கம்யூனிஸ்ட்டு கட்சி ஜனசங்குடன் சம்யுக்த விளைதளம் கூட்டணியைப் பல மாநிலங்களில் காங்கிரஸ் எதிர்ப்பு உணர்வுடன் மேற்கொண்டது பெரும் தவறு என்றார்.

தேசிய ஜனநாயக முன்னணி அமைப்பதில் கட்சிகளின் அரசியல் நிலை கண்டு ஜோஷி மிகவும் வருந்தினார். சிபிஐ, சிபிஎம் இரண்டும் சந்தர்ப்பவாதத்துடனும், மலினமான யுக்திகளுடனும் செயல்படுவது நீண்டகாலப் பலன் தராது என்றார். நீண்ட தொலைநோக்குப் பார்வையுடன் மதவாத சக்திகள் வலிமை பெறாமல் தடுக்கும் கூட்டணியின் தேவைபற்றி ஜோஷி வலியுறுத்தினார்.

ஸ்டாலிசத் தவறைத் திருத்து

ஜோஷி கட்சியில் தனிமைப்படுத்தப்பட்டார். 1968 பாட்னா மாநாட்டில் உடல்நலக் குறைவுடனும் கலந்து கொண்டார். வலதுசாரிகளைத் தடுக்க வேண்டியதன் அவசியத்தை வலியுறுத்தி அவர் ஆற்றிய உரை தோழர்களை மிகவும் ஈர்த்தது. மதவாதக் கட்சிகளுக்கு எதிராக உடனடியாகக் கூட்டணியை உருவாக்குவதில் கம்யூனிஸ்ட்டுகள் முன்னிற்க வேண்டினார். ஜனசங்குடன் கம்யூனிஸ்ட்டு கட்சிகள் எவ்வித உறவும் கொள்ளக் கூடாது என் வலியுறுத்தினார். அவரது கருத்துக்கு 33 சத வாக்கு கிடைத்தது. அவர் ஒதுக்கப்பட்டு தேசியக் கவுன்சிலிலிருந்து விலக்கப்பட்டார்.

பாட்னா காங்கிரசின் பின் செக்கோஸ்லாவாகியாவில் நெருக்கடி உண்டானது. ஸ்டாலினிசப் போக்கைக் கைவிட்டு மார்க்ஸ், லெனின் காட்டிய மனிதாபிமானப் பாதையில் கட்சி நடக்க வேண்டுமெனக் கம்யூனிஸ்ட்டு கட்சித் தலைவர் டூப்செக் கூறினார். டூப்செக் கைது செய்யப்பட்டு, எதிர்ப் புரட்சிச் சதிகாரர் என்று சிறையிடப்பட்டார். சோவியத் படைகள் செக் நாட்டிற்குள் நுழைந்து மாபெரும் தவறைச் செய்தது.

“சோவியத் நாடு இதுவரை பெருமையுடன் போற்றப்பட்ட நிலை கேள்விக்கிடமாகி விட்டது. சீனா உலகக் கம்யூனிஸ்ட்டு இயக்கத்தை உடைத்தது, உலக அளவில் கம்யூனிஸ்ட்டு களின் புகழை மங்கச் செய்தது. சோவியத் செயல்பாடு ஏகாதிபத்தியத்திற்குப் புத்துயிர் தந்து விட்டது. நமது கட்சி தனது நீதி சார்ந்த கடமையைக் கைவிடக்கூடாது. உடனடியாக அனைத்துக் கம்யூனிஸ்ட்டு கட்சிகளின் கூட்டம் கூட்டப்பட்டு செக் நடவடிக்கை பற்றி விவாதிக்க வேண்டும். இது கம்யூனிசத்தின் பெருமை காக்க உதவும் உடனடி நடவடிக்கையாகும்“ என்று உலகக் கம்யூனிஸ்ட்டு

இயக்கத்திற்கு வழிகாட்டினார்.

பின் சோவியத் தனது தவறைத் திருத்திக்கொண்டபோது ஜோஷி முதலில் வாழ்த்தியவரானார். லெனினின் போதனையும், நல்லுணர்வுகளும் செத்துவிடவில்லை என்ற நம்பிக்கை பிறக்கிறது. எல்லா வல்லரசு நாடுகளும் அமெரிக்காவானாலும், ரஷ்யாவானாலும், சீனாவானாலும் ஆதிக்க உணர்வுடன் செயல்படுவது குறித்து ஜோஷி மிகவும் வருந்தினார்.

பிறப்பிடம் நோக்கி

உடல்நலக் குறைவுடனும் ஜோஷி உத்தரப் பிரதேசக் கட்சியின் வளர்ச்சிக்கு உதவினார். அல்மோரா, நைனிடால் போன்ற இமயமலைச் சாரல் பகுதிகளில் கட்சியை வளர்க்க அடிக்கடி பயணம் மேற்கொண்டார். “இந்தப் பசுமையான மலைப்பகுதிகளுக்குச் சென்று வருவது எனக்கு பசுமையூட்டிப் புத்துயிரளிக்கிறது” என்றார்.

மலைப்பகுதிகள் கவனிப்பின்றி, மலைவாழ் மக்கள் பின்தங்கிய நிலையில் வைக்கப் பட்டுள்ளதுதான் அவர்களின் சுயாட்சிக்கான பேராட்டமாக வெடிக்கக் காரணம். அவர்களின் பிரச்சினைகளின் உண்மை நிலையைக் கண்டறிய ஒரு மலைப்பகுதி மக்கள் குழுவை அமைத்தார்.

“அரசியல் தொண்டர்களாகப் பள்ளி, கல்லூரிப் பேராசிரியர்கள், முன்னாள் படை வீரர்கள், உரிமைகளுக்காகக் குரல் கொடுத்தனர். அடுத்தகட்டமாக மகத்தான போராட்டத்தை எட்டு மலைப்பகுதி மாவட்டங்களில் நடத்தினார்.

அவருக்கு மலைவாழ் மக்கள் மீதும், மலைகள் மீதும் பெரும் அன்பும் அக்கறையும் இருந்தது. தான் சின்ன வயதில் கண்டு, ஓடி அலைந்த அம்மலைகள் மீதான நேயம் அவருக்கு இறுதிவரை இருந்தது.

சோசலிஸ்ட் ஆசிரமம்

ஜோஷியின் நண்பரும், ஆயுர்வேத மருத்துவருமான ஒருவர் ஒரு பெரிய இடத்தை அவருக்குப் பரிசாக வழங்கினார். அல்மோராவிலிருந்து சில மைல் தூரத்தில் இருந்த அந்த அழகிய இடத்தில், பால்ராஜ், சஹானி, தமயந்தி டிரஸ்ட்

இப்டாவிற்காக ஜோஷியால் உருவாக்கப்பட்டது. அவர் உருவாக்கிய கடைசிக் குழந்தை ஹிமாலயன் சோசிலிஸ்ட் ஆசிரமமாகும். உ.பி.யின் முதல்வர் பலவகுகுனான் இதன் உருவாக்கத்திற்கு உதவினார். அங்கு சோசலிஸ்ட்டுகளுக்கான சிந்தனை, ஆய்வுக்கான ஆசிரமமாக அது அமைய வேண்டு மென்பது ஜோஷியின் ஆசை. ஜோஷி தனது வாழ்வின் இறுதி நாட்களில் தமது வேர் பதிந்த இமயமலைச் சாரலில் இருக்க வேண்டுமென விரும்பினார்.

தமது வாழ்நாளின் இறுதியில் ஜவஹர்லால் நேரு பல்கலைக்கழகத்தில் இடதுசாரி இயக்கங்களின் வரலாறு பற்றிய ஆய்வைச் செய்து கொண்டிருந்தார். தோழர் கே. தாமோதரனுடன் கூடி ஜோஷி இடதுசாரி இயக்கம் பற்றிய ஆவணங்களைத் திரட்டிப் பாதுகாக்க முயற்சி மேற்கொண்டார். இதற்காக நெடுநேரம் தேசிய ஆவணப் பாதுகாப்பு மையத்தில் பணியாற்றினார். மேலும் பெர்லின், இலண்டன், மாஸ்கோ போன்ற இந்தியத் தொடர்புடைய நாடுகளுக்குப் பயணம் செய்ததுடன், இந்தியா முழுதும் உள்ள பழைய ஆவணங்களையும், முதிய தோழர்களையும் தேடிச் சென்று தகவல்கள் திரட்டினார்.

எனினும் தமது, ஆய்வுக்கு இடையூறாகப் பல தோழர்கள் உண்மை வெளிப்படத் தடையாகப் பழைய ஆவணங்களை அழித்தனர். எனவே முழுமையான வரலாற்றை எழுதுவதில் பெரும் சிரமம் உண்டானது. வரலாற்றுத் துறையின் பெரிய அறிஞராகும் வாய்ப்பு அவரது அரசியல் ஈடுபாட்டால் நிறைவேறாது போனது. 1857 முதல் விடுதலைப் புரட்சியை ஆய்வு செய்து பல கிராமப்புற மக்களின் நாட்டுப்புறக் கலைப் பதிவுகளைத் தேடித் தொகுத்தார். மார்க்ஸ் சிப்பாய்க் கலகத்தை ‘தேசியப் புரட்சி’ என்று அடையாளம் கண்டது ஜோஷிக்கு உத்வேகமூட்டியது. இது குறித்த உள்நாட்டு, வெளிநாட்டு அறிஞர்களின் ஆய்வுப் பதிவுகளைத் தேடித் தொகுத்தார். 1857 பற்றிய தனது வரலாற்று நூலின் முன்னுரையில்,

“1857 புரட்சியின் துவக்கம் பற்றிய உண்மைக் காரணங்கள், பல்வேறு மாறுபட்ட கருத்துக்களால் மூடி மறைக்கப் பட்டுள்ளன. நான் பேராசிரியர்கள் போல...பல பழைய ஆவணங்கள், புத்தகங்கள் கூறும் உண்மைகளை இளம் வாசகர்களுக்கு வழங்கப் போகிறேன்” என்றார்.

சிப்பாய்க் கலகம், அப்பகுதியின் நாட்டுபுறக் கலைஞர்களால் மக்கள் கலை வடிவமாகப் பதிவு செய்து பேசப்பட்டு வந்தது. மரபு வரலாறு, வாய்மொழி வரலாறு எனப் பாதுகாக்கப்பட்ட அவை எழுத முடியாது மறைக்கப்பட்ட உண்மைகளை உணர்த்தின இதயநோயால் பாதிக்கப்பட்ட அவரின் மிக முக்கியமான வரலாற்று ஆய்வுக்கு இடையூறானது.

ஜோஷி ஒரு பத்திரிக்கையாளர், எழுத்தாளர், வரலாற்று ஆய்வாளர் என்பதுடன் மக்கள் நலனிலும், நாட்டின் நலனிலும் தம்மை அர்ப்பணித்துக் கொண்ட அரசியல் தலைவர் என்பதே அவரது சிறப்பாக அமைந்தது. அவர் ஒரு மக்களின் தலைவர். உள்நாட்டு, சர்வதேச நிகழ்வுகள் அவரது மனதை எப்போதும் ஆக்கிரமித்துக் கொண்டிருந்தன. உள்நாட்டு மதக் கலவரமானாலும், சீனாவின் ஆக்கிரமிப்பானாலும், செக் நெருக்கடி, வலிக் விடுதலை என அனைத்தைப் பற்றியும் கட்சி சார்பான, தத்துவ வழியில் விமர்சனமும் தீர்வுகளும் எழுதிக் குவித்தார். தனது இதய நோயுடனும் 64 வயதில் பிரச்சினை உருவாகும் இடம் எதுவானாலும் அவர் நேரில் சென்று ஆய்வு செய்து உண்மையைப் பதிவு செய்ய முற்பட்டார்.

ஜோஷியின் முனைப்பால் தோழர்கள் குழு, கிழக்குப் பாகிஸ்தான் எல்லைப்புற ஊர்களிலும், வடகிழக்கு மாநில மேகாலயத்திற்கும் சென்று மக்களுடன் பேசி ஆய்வும், தீர்வும் காண முயன்றது. சுனில் முன்ஷி, ஜோஷியுடன் பல இராணுவ முகாம்களைத் தாண்டிச் சென்று புரிந்த சாகச வேலைகளை மகிழ்ச்சியுடன் நினைவு கூர்கிறார். மோசமான பருவநிலை, கடினமான மலைப் பாதைகள் என எதுவும் அவர்களின் தேடலைத் தடுக்கவில்லை. மக்கள் வழங்கிய எளிய கஞ்சியையும், ரொட்டியையும் மகிழ்வுடன் ஏற்றுப் பயணித்தார். கிடைத்த இடத்தில் உறங்கி, கிடைத்த வாகனத்தில் பயணம் செய்து வரலாற்றைப் பதிவு செய்தார். சிரமங்கள், அவரைத் தடுத்து நிறுத்தியதில்லை. தனது 'வங்கதேசப் புனிதப் பயணம்' என்ற அனுபவ நூலை அவர் தில்லி திரும்பியவுடன் எழுதினார்.

"எனது இருபதாவது வயதிலிருந்து கம்யூனிஸ்ட்டு கட்சியில் இணைந்து பணியாற்றி வருகிறேன். இப்போது இந்தியக் கம்யூனிஸ்ட்டு இயக்கத்தின் வரலாற்றை ஆய்வு செய்து தொகுக்கும் பணியை மேற்கொண்டுள்ளேன். ஜவஹர்லால் நேரு பல்கலைக்கழகத்தில் வசதியாக அமர்ந்து கொண்டு, இத்தகைய ஆய்வைச் செய்து முடிக்க முடியாது. வங்க தேசத்தில் ஜனநாயகப் புரட்சி நடந்து கொண்டிருக்கிறது.

நமது இரத்த உறவு கொண்ட வங்கச் சகோதரர்களின் வீரம் செறிந்த போராட்டம் நிகழ்ந்து கொண்டிருக்கும் போது, நான் செயலற்று இங்கு அமர்ந்து சிந்தித்துக் கொண்டிருப்பது பெரும் குற்றமாக உணர்கிறேன். ஆட்சியாளர்களும், அரசியல் தலைவர்களும் அழகிய எழுச்சிமிகு உரைகளில் நிறைவு பெறுகின்றனர். நாடு முழுதும் வன்முறை எழுச்சிகள் நிகழ்கின்றன. ஆனால் செயல்ரீதியில் வங்க நாட்டிற்கு என்ன செய்யப் போகிறோம் என்பதே பெரும் கேள்வி.

1971 டிசம்பர் 17 அன்று ஜோஷி வங்க விடுதலை விழாவில், அந்தப் புதிய நாட்டின் உருவாக்கத்தை வாழ்த்தி "இது ஒரு பெரும் மகிழ்ச்சிக்குரிய நாள். வெற்றி பெற்று விட்டதால் நாம் ஒரு பெரிய அண்ணன் போலப் பெருமையும், அதிகாரமும் கொள்ளத் தேவையில்லை. வங்கதேச மக்களின் தன்மான உணர்வைச் சிதைக்கும்படி நடக்கக் கூடாது. அது நமது நற்செயலின் பெருமையை அழித்துவிடும். நாம் அவர்களைச் சமமான மரியாதையும், உரிமையும் தந்து நடத்தினால்தான் அவர்கள் நம்மை எப்போதும் மதிப்பார்கள். வங்கதேசத்தின் விடுதலைக்கான முதல் போரைத் துவக்கியது அவர்களின் முக்திபாஹினியே என்பதை நாம் மறந்து விடக்கூடாது. அவர்கள் சிரமப்பட்டு அமைத்த பாதையில் நமது இராணுவம் நடந்து சென்று வெற்றி பெற்றுள்ளது என்ற அடக்கம் நமக்குத் தேவை.

தீவிர அரசியலிலிருந்து பிற்காலத்தில் விலகி இருந்தாலும், தீவிர சிந்தனையை நிறுத்திக் கொண்டவரல்ல அவர். அதுதான் ஜோஷியின் சிறப்பு.

ஜோஷி சிறந்த மனிதாபிமான்

ஜோஷி உன்னதமான தன்மைகள் கொண்ட சிறந்த மனிதர். ஒரு கம்யூனிஸ்ட்டு, ஒரு செயல்வீரர். ஒரு நிர்வாகி, விடுதலைப் போராட்ட வீரர், தேசியவாதி, எழுத்தாளர், பத்திரிக்கையாளர், கலைநயம் மிக்க கலை விமர்சகர் என அனைத்தும் கலந்த மனிதர் அவர். மிகுந்த கருணையும், கனிவான இதய மும், கூர்ந்த மதியும் கொண்ட மனிதாபிமானி அவர்.

தாம் சந்தித்துப் பேசும் எவரையும் ஈர்க்கும் வல்லமை படைத்தவர். கட்சித் தோழர்களைச் சகோதரர், சகோதரி போல அன்பும், அக்கறையும், கொண்டு நடத்தும் பண்பால், கட்சித் தோழர்கள் ஒரு குடும்பம் போல உணர்ந்தனர். ஆனால் இதுகூட விமர்சிக்கப்பட்டது. கட்சி என்பது குடும்ப உறவல்ல, புரட்சிகர அணியின் வீரர்கள் என்று விமர்சித்தோரும் உண்டு. தாயன்பு பெற முடியாமல் வளர்ந்த அவர் அத்தகைய அன்பைப் பிறருக்கு வழங்க நினைத்தார். கம்யூனிஸ்ட்டு கட்சி பாசமும், பிணைப்பும்

கொண்ட குடும்பமாக வளர்க்கப்பட வேண்டுமென்பதே அவருடைய விருப்பமாக இருந்தது.

கட்சியில் வேறுபாடின்றி அனைவரும் சமமாக நடத்தப் பட்டனர். ஜோஷியின் உதவியாளர் ஈஸ்வர் பட். பம்பாய் கட்சி அலுவலகம் ராஜ் பவனில் நடத்திய கம்யூன் வாழ்க்கை பற்றி, “கட்சி, தோழர்களின் வாழ்க்கைச் செலவு முழுதையும் ஏற்றுக்கொண்டது. ஒவ்வொருவருக்கும் கைச் செலவுக்குப் பத்து ரூபாய் மட்டும் கொடுக்கப்பட்டது. அது ஒரு வாழ்க்கைப் பயிற்சிக் களமாக இருந்தது” என்று எழுதுகிறார்.

ஜோஷி அனைவரையும் தன் கட்டுப்பாட்டில் வைத்திருந் தார், அது சர்வாதிகாரமல்ல. அவருடன் வாழ்ந்தவர்கள். அந்நாட்களை மகிழ்வுடன் நினைவு கூர்கின்றனர். கட்சியின் உணவுக் கூடம் மிகப் பெரியது. அனைவருக்கும் ஒரே மாதிரியான உணவு வழங்கப்படும். சுந்தரய்யாவின் மனைவி லைலாவும், தில்சந்தின் தாயார் மையும் உணவுப் பொறுப் பாளர்கள். தோழர் தானுதான் முக்கிய சமையல் கலைஞர். ஞாயிறு தவிர மீதி நாட்களில் சைவ உணவுதான். காலை 10 மணி முதல் 7 மணி வரை உணவும், காலை 7 மணிக்கும், மதியம் 2 மணிக்கும் மணியடித்து வழங்கப்படும். பேதமின்றி அனைவரும் வரிசையில் நின்று பெற்றுக் கொள்வர். சாப்பிட்டு முடித்த பின் அனைவரும் தமது பாத்திரத்தைக் கழுவித் வைத்து விட வேண்டும்.

“கட்சியில் தலைவர், தொண்டர் என்ற வேறுபாடின்றி அனைவரும் ஒன்றுபோல, சமமாக நடத்தப்பட்டது என்னை மிகவும் கவர்ந்தது. ஜோஷியின் அன்பும், பரிவும் எங்களுக்கு ஒரு குடும்பத்தில் இருப்பது போன்ற உணர்வை உண்டாக்கியது. அனைவரும் ஒன்றாகச் சாப்பிட்டோம். சாப்பிட்ட பின் தட்டைக் கழுவித் தக்க இடத்தில் வைக்கும் ஒழுங்கும் இருந்தது” என்று சுபத்ரா எழுதுகிறார்.

மை மங்களூர்காரர். அவர் ஹைதராபாத்தைச் சேர்ந்த இஸ்லாமியத் தோழரைத் திருமணம் செய்து கொண்டார். பின் அவர் முதுமையில் புற்றுநோயால் இறந்தார். கடைசிவரை கட்சிக் கம்யூனிலிருந்த அவர் மருத்துவமனையில் சேர்க்கப்பட்டு இறந்தார். ஜோஷி ஒவ்வொரு தோழரிடமும் நெருக்கமான குடும்ப உறவினர் போல நடந்து கொள்வார். மை இறந்து அவருக்கு எரியூட்டிய போது ஜோஷி வாய்விட்டுக் கதறி அழுதார். ஒரு தாயை இழந்தது போன்ற ஆழமான அன்பை அவரிடம் காண முடிந்தது.

கட்சியின் கம்யூன் வாழ்க்கையின் மறுபக்கம் தோழர்கள் பொதுமக்கள் தொடர்பு, அவர்களின் வாழ்க்கை பற்றிய புரிதல், துயரங்களுடன் நேரடித் தொடர்பின்றிப் போய் விடுகிறார்கள் என்றதும் பின் உணரப்பட்டது. மனிதாபிமானமற்ற கடமை செய்யும் இயந்திரமாக மாறிவிடும் ஆபத்தை ஜோஷி உணர்ந்தார். எனவே தோழர்கள் குடும்ப வாழ்வில் ஈடுபட்டு, குடும்பத்துடனும், ஊரார், உறவினருடன் வாழ ஊக்குவிக்கப்பட்டனர்.

கட்சி அலுவலகத்தை நிர்வகிப்பதில் தோழர் காப்டேவுடன், கோவிந்த் வித்யார்த்தி, ஆச்சார்யா, போத் ராவ் போன்றவர்கள் துணைபுரிந்தனர். கட்சியின் மிக இரகசியமான ஆவணங்கள் போலீஸ் கைகளில் கிடைத்து விடக் கூடாது என்பதற்காக நம்பகமான தோழர்களின் வீடுகளுக்கு அனுப்பப்பட்டுவிடும். ஜோஷி ஓய்வு ஒழிச்சலற்ற கடுமையான உழைப்பாளி. இரவு நெடுநேரம் வரை கட்டுரைகள், சுற்றறிக்கைகள், கடிதங்கள் எழுதிக் கொண்டிருப்பார். கட்சிச் சுற்றறிக்கை வெறும் கட்டளையாக இன்றி, அதன் முக்கியத்துவம், எப்படிச் செயல்படுத்த வேண்டுமென்ற வழிகாட்டலுடன் அனுப்பப்படும். அவர் ஒவ்வொரு முக்கியத் தோழர் பற்றியும், ஒவ்வொரு இடம் பற்றியும் நன்கு அறிந்திருந்தார். தனிப்பட்ட கடிதங்கள் மூலம் நெருங்கிய உறவைப் பிறருடனும் காப்பாற்றி வந்தார்.

“ஜோஷி ஓய்வின்றி எழுதிக் குவிப்பார். தாம் எழுதும் பொருள் மீது ஆழ்ந்த கவனத்துடன் எழுதுவார். நடுவே எழுந்து மேலும் கீழும் நடப்பார். கைகளை ஆட்டுவார். தலையை வேகமாக அசைப்பார், ஏதோ முணுமுணுப்பார். பின் போய் அமர்ந்து வேகமாக எழுதத் துவங்கி விடுவார். புகையிலையைத் தன் உள்ளங்கையில் வைத்துக் கசக்கி வாயிலிட்டு அடக்கிக் கொள்வார்” என்று ஈஸ்வர் பட், ஜோஷி எழுதும் முறையைக் கூறுகிறார்.

ஜோஷியின் எளிமை, மக்களைக் கவரும் மந்திர ஆற்றல் பற்றி முதிய தோழர் சத்ய பால் டாங், “அவரை முதலில் சந்தித்த போது, அவரது எளிமை என்னைப் பெரிதும் ஈர்த்தது. அரைக்காற் சட்டையும், அரைக் கைச் சட்டையும் அணிந்திருந்தார். வேகமாகப் பேசும் அவரைப் புதியவர்கள் புரிந்து கொள்வது கடினம். முதலில் அவரைக் கண்டு பேசும் போது இருந்த தயக்கம் பின் விலகித் தோழமை வளர்ந்தது” என்று குறிப்பிட்டார்.

ஜோஷியின் எளிமை எவரையும் கவர்வதாக இருந்தது. டெல்லி அசப் அலி சாலையில் ஒரு சிறிய அறையில் தங்கி யிருந்தார். அவர் தனது சிறிய அறைக்கேற்ற அடக்கமான கட்டில், மேஜை, நாற்காலிகளை வடிவமைத்து ஒரு சர்தார்ஜி தச்சரைக் கொண்டு செய்து கொண்டார். இடத்தை அடைக்காத, நிறையப் பயன்படும் வகையில் அவை வடிவமைக்கப்பட்டிருந்தன. இடமற்ற இடத்திலும் இடத்தை உருவாக்கு, வசதியற்ற இடத்திலும் வசதியை உருவாக்கு என்பது ஜோஷியில் சுற்றுச் சூழல் நேய தத்துவமாகும்.

ஜோஷி ஆடம்பரங்களை விரும்பாதவர். பெரும்பாலும் அரைக்காற் சட்டை, அரைக் கைச் சட்டையுடனேயே அலுவலகத்தில் வலம் வருவார். வெளியில் செல்லும் போது மட்டும் கம்பிளி ஆடைகளை நாடுவார். மிகவும் வெளிப்படையான நடத்தை கொண்டவர். அவர் பிற தோழர்கள் பற்றி மறைவாகக் குறை கூற மாட்டார். தம்மை எதிர்ப்பவரிடமும் மரியாதையுடன் பேசுபவர். அதிகார மமதையற்றவர். மிக மென்மையானவர், தமக்கு எதிரான குற்றச்சாட்டுகளைக் கூட வன்மையாக உரக்க எதிர்க்காதவர் என்பதே நண்பர்கள் அவர்மீது கூறும் குற்றச்சாட்டு.

காட்சிக்கு எளியவர், பழக இனிமையானவர், மிகுந்த பணிவு கொண்டவர். எவர்க்கும் உதவும் மனம் கொண்ட சிறந்த மனிதாபிமானி. நகைச்சுவை உணர்வு மிக்கவர். சிரித்த முகத்துடன் உலவும் அபூர்வக் கம்யூனிஸ்ட்டு. உரக்கச் சிரிக்கும் திறந்த மனம் கொண்டவர். மொஹித் சென் தனது தன் வரலாற்றில்

புரட்சியாளர்களின் திருமணம்

நான் நூலகத்தில் கம்யூனிஸ்ட்டு அறிக்கையுடன் போராடிக் கொண்டிருந்தேன். ஒரு கை என் தோளில் விழுந்தது. திரும்பிப் பார்த்தேன். கட்சியின் பொதுச் செயலாளர் பி.சி.ஜோஷி என்ன படிக்கிறாய் என்று கேட்டார்! கம்யூனிஸ்ட்டு அறிக்கை பற்றிய என் சந்தேகங்களை மொழிந்தேன். அவர் உடனே புத்தகத்தை மூடி வை என்றார். மார்க்ஸ், லெனினுக்காக எழுதினார். லெனின், ஸ்டாலினுக்காக எழுதினார். ஸ்டாலின், எனக்காக எழுதினார். நீ என்னைப் படி. வா என்று என் தோளில் கை போட்டு அன்புடன் அழைத்துச் சென்றார், உரத்த சிரிப்புடன்" என்று எழுதுகிறார்.

அவரது நண்பர்களுக்கான கடிதத்தில் நகைச்சுவை ததும்பும். எப்போதும் சிரித்த முகம் அவரது. ஜோஷி எப்போதும் யாரைப் பற்றியும் குறை காணும் இயல்பு இல்லாதவர். யார் மீதும் பழி போட மாட்டார்.

ஜோஷி கட்சியின் பொதுச் செயலாளராக இருந்தபோது கல்பனா தத்தைச் சந்தித்தார். சிட்டகாங் சதி வழக்கில் (1930) தேசபக்தர்களுக்குத் தனது கல்லூரிப் புத்தகங்கள் நடுவே குண்டுகளைக் கொண்டு சென்று தந்தவர் என்று கைது செய்யப்பட்டவர். சிட்டகாங்க் சதி வழக்கில் ஆயுள் தண்டனை பெற்றவர். அவருடன் கைது செய்யப்பட்ட சூர்யசெனி, தாராகேஸ்வர், தஸ்தீதார் இருவரும் தூக்கிலிடப்பட்டனர். அவர்களை விடுதலை செய்யக் கோரி நாடு முழுதும் போராட்டம் நடைபெற்றது. தாகூரும் ஆன்ட்ரூசும் கல்பனாவை விடுதலை செய்ய வாதாடினர். விடுதலை பெற்ற அவர் கம்யூனிஸ்ட்டு கட்சியின்பால் ஈர்க்கப்பட்டார். 1942ல் கட்சியின் தத்துவ வகுப்பிற்காக பம்பாய் சென்றார். அங்கு ஜோஷியுடன் ஏற்பட்ட நட்பு காதலானது. 1943 ஆகஸ்ட் 14 அன்று கட்சி அலுவலகத்தில் தோழர் முசாபர் அகமது மணமகள் சார்பாகவும், ரணதிவே மணமகன் சார்பாகவும் கையெழுத்திட இரு புரட்சியாளர்கள் திருமண பந்தத்தில் இணைந்தனர். தேனீரும் பிஸ்கட்டும்தான் தரப்பட்ட விருந்து. கட்சியின் மொட்டை மாடியில் பிளாய்ராய் குழுவினர் கலை நிகழ்ச்சியுடன், புரட்சிகரப் பாடல்கள் பாடி மகிழ்வித்தனர். மணப்பெண் கல்பனாவுக்கு ஜோஷியின் உறவினர் சிவப்பு நிறப் புடவை வழங்கினர். அதுவும் பின்னால் செங்கொடிகளாக மாற்றித் தைக்கப்பட்டு புரட்சி பாடின.

1943 மோசமான வங்கப் பஞ்சத்தின் காலமுமாகும். கல்பனா பஞ்ச நிவாரண வேலையில் ஈடுபட்டார். மாதர் சங்கம் மூலம் சிட்டகாங் பகுதியில் ரேஷன் வழங்கும் பொறுப்பை ஏற்றார். நாட்டின் பெருந்துயர் அந்தப் புதிய தம்பதியரின் மணவாழ்வைத் தியாகம் செய்ய வேண்டியது. 1946 முதல் மகள் சூரஞ் பிறந்தார். அக்குழந்தைக்கு உறவினர் போட்ட தங்க வளையல் கூடக் கட்சிக்கு நன்கொடையாக்கப்பட்டது.

மொஹித் சென்னின் தந்தை ஜோஷியைச் சந்தித்து அரசியல் பற்றி நீண்ட உரையாடல் முடித்துப் புறப்பட்டார். அப்போது நீதிபதியாக இருந்து அவரிடம், “நீங்கள் எங்கள் கட்சிக்காக எதுவும் தரவில்லையே” என்றார். உடனே அவர் தனது பணப்பை எடுத்து மேஜை மீது வைத்து எடுத்துக்

கொள்ளுங்கள் என்றார்.

1947ல் ஜோஷியின் இரண்டாவது மகன் சந்த் பிறந்தார். கட்சியில் ஜோஷி பல சிரமமான தடைகளைக் கடக்க நேர்ந்தது. கல்பனா அந்தத் துயர் மிகுந்த சோதனை காலத்தில் ஜோஷிக்குத் தக்க துணையாக உறுதியுடன் நின்றார். கல்பனாவின் புகழ் காரணமாக யாரும் அவரைக் கட்சியிலிருந்து விலக்கவோ தள்ளிவைக்கவோ துணியவில்லை. இனியும் கட்சியின் தலைமையகத்தில் வாழ முடியாது என்ற சூழல் உண்டானது. எனவே அவர்கள் வெளியேறினர். கல்கத்தா சென்று வீடு தேடி அலைந்தனர். பேராசிரியர் சுசோபன் சர்க்கார் வீட்டில் குறுகிய காலம் தங்கினர். ஜோஷி கட்சியிலிருந்து விலக்கப்பட்டார். அவருடன் யாரும் எவ்விதத் தொடர்பும் கொள்ளக் கூடாதென்று கட்சி கட்டளையிட்டது. ஜோஷி ஹவ்ராவில் ஒரு சிறிய வீட்டை வாடகைக்கு எடுத்துக் குடிபுகுந்தார்.

ஆளும் தேசிய முதலாளித்துவ காங்கிரஸ் அரசின் தவறான கொள்கைகளை எதிர்த்தும், அதன் மதச்சார்பற்ற, சோசலியத் திட்டத்தை ஆதரித்தும் நாட்டு முன்னேற்றத்திற்கு உதவும் வகையில் தேசிய ஜனநாயக முன்னணி வளர்க்க வேண்டுமென்ற இலட்சியத்திற்காக ஓய்வின்றி உழைத்தார். ஆனால் அவர் தனிமைப்படுத்தப்பட்டார். கட்சிக்காகவும், நாட்டுக்காகவும், தோழர்களுக்காகவும் தன்னை முழுமையாக அர்ப்பணித்துக் கொண்டவர். தனது குடும்ப நலனைக் கூடப் புறக்கணித்துக் கட்சிக்காக உழைத்தார்.

அவரது இரு மகன்களுக்குத் தேவையான வழிகாட்டுதலையும் தரமுடியாது பொதுப்பணியில் ஈடுபட்டார். கல்பனா தில்லி இந்தியப் புள்ளியியல் கல்லூரியில் பணியாற்றிக் குடும்பத்தை கவனித்து வந்தார். கல்பனா மெல்ல அரசியலிலிருந்து விலகிக் குடும்பத்தைக் காப்பாற்றும் பொறுப்பைச் சுமக்க நேர்ந்தது.

தோழர்கள் ஒவ்வொருவரின் திறமை மட்டுமல்ல, குடும்பச் சூழல், பிரச்சனைகள் யாவையும் அறிந்தவர் ஜோஷி. கட்சிக்காகக் குடும்ப உறவைத் துண்டித்துவிடக்கூடாது எனவும், குடும்பத்தினுள்ளிருந்தே போராடவும் வலியுறுத்தினார்.

ரேகா ஜெயின், ஜிப்டா உறுப்பினர். கட்சியின் கலைக் குழுவின் உறுப்பினர். அவரது கணவர் நிமிசந்த் ஜெயினும் கலைக் குழு உறுப்பினர். திருமணத்தின் பின் தனது மருமகள் தெருவில் ஆடுகிறாள், நடிக்கிறாள் என்பதை அறிந்த

ஆச்சாரமான மாமியார் அது தனது குடும்பத்திற்குத் கேவலம் என்று தடுத்தார். இதை அறிந்த ஜோஷி பொறுமையுடன் மாமியாருடன் ஒத்துழைத்து அவரை திருப்திப்படுத்துவது முதற் கடமை, பின் கட்சி சேவைக்கு வரலாம் என அறிவுரை கூறினார். சில காலம் பின் ரேகா மாமியாரின் அனுமதியுடன் வந்து கலைக் குழுவில் சேர்ந்தார்.

தோழர்கள் ஒவ்வொருவரும் தமது கடமையைச் சிறப்பாகச் செய்யவேண்டுமென வற்புறுத்துவார். அதன் மூலமே மக்களைக் கவர்ந்து, கட்சியை வளர்க்க முடியுமென்பார். ஒருவரின் திறமையை அறிந்து அதை ஊக்குவிப்பார். ஒருமுறை சந்தித்தவர்களையும் நினைவில் வைத்து, அன்புடன் விசாரிப்பார். அவர்களின் திறமையைப் பாராட்டுவார். அவரது கூரிய மதியும், கனிந்த இதயமும்தான் கம்யூனிஸ்ட்டு கட்சியின்பால் பல உன்னதக் கலைஞர்களை, அறிஞர்களை ஈர்த்தது. கட்சியின் மறுமலர்ச்சிக் காலம் அவரது காலம்.

அவரது உற்சாகமூட்டலால் தோழர்களின் திறமைகள் வெளிப்பட்டன. எனவே பல திறமைசாலிகள் கட்சிக்குள் வந்தனர். கட்சியின் அரசியல், சமூக ஏடுகளான பீயூபில்ஸ்வார், பியூபில்ஸ் ஏஜ் ஆகியன தகவல் களஞ்சியங்களாகச் சிறந்த கட்டுரைகள், கவிதைகள், ஓவியங்கள், கவிதையுடன் அனைவரின் பாராட்டையும் பெற்றன. உண்மையான கம்யூன் உணர்வுடன், அனைவருடனும் சமமாகவும், இயல்பாகவும் பழகும் தன்மை பலரையும் ஈர்த்தது. தோழர்களுடன் தெருக்களில் கட்சிப் பத்திரிக்கைகளைக் கூவிக் கூவி விற்கவும் தயங்காதவர். தோழர்களிடம் தனிப்பட்ட அக்கறையும், அன்பும் காட்டுபவர் என்று அவருடன் பழகியோர் புகழ்கின்றனர்.

“நான் காய்ச்சலில் படுத்திருந்தேன். நோயாளி அறையைக் கடந்து சென்ற அவர் என்னைப் பார்த்தவுடன் உள்ளே வந்து எனக்கு மருந்துகள் கொடுத்து ஆறுதல் கூறினார். வீட்டு நினைவு வந்துவிட்டதா என்று அன்புடன் கேட்டு, இது உன் வீடு நாங்கள் அனைவரும் உன் உறவினரே என்று அன்புடன் கூறினார்” என்று சுபத்ரா பானர்ஜி நினைவு கூர்கிறார்.

ஒருமுறை ரேகா ஜெயின் அவருக்கு நான்கைந்து வகை உணவைப் பறிமாறினார். இத்தகைய ஆடம்பர உணவு தேவையற்ற செலவு என்று அறிவுரை கூறினார். தோழர்களைச் சிரமப்படுத்தாது தம்முடன் கொண்டு வந்த அவுல் போன்ற எளிய உணவை உண்டு படுத்துவிடுவார்!

கல்பனா குடும்பத்தின் மீது மிகுந்த அக்கறை கொண்டவர். தன்பிள்ளைகளை நல்ல முறையில் வளர்க்க நினைப்பவர். இது குறித்து ஜோஷியுடன் கருத்து வேறுபாடுகள் வருவதுமுண்டு. தான் குடும்பத்துடன் வாழத் தகுதியற்றவன் என்று வருத்தத்துடன் தனது நண்பர் ஈஸ்வர் பட்டுக்கு எழுதினார். கம்யூன் வாழ்க்கை குடும்பத்திற்கு ஏற்றதாக இல்லை.

சோசலிஸ்ட்டுகள் ஒற்றுமைக்கு வாழ்ந்தவர்

வயதாக ஆக இதய நோய் அவரை மிகவும் வாட்டியது. மாரடைப்பு காரணமாக டெல்லி அகில இந்திய மருத்துவ நிறுவனத்தில் சேர்க்கப்பட்டார். 1975 செப்டம்பர் முழுதும் மருத்துவமனையில் இருந்தார். பின்னர் மாஸ்கோவுக்குச் சிகிச்சை பெற அனுப்பப்பட்டார். ஆனால் பெரும் பயனில்லை. சரியாகப் பேசவும், நடமாடவும் முடியாத நிலை ஏற்பட்டது. 1978 படிண்டா மாநாட்டிற்குத் தள்ளு நாற்காலி யில் வந்தார். முடியாத நிலையிலும் கட்சிக் கடமையைத் தவிர்க்காத உன்னதத் தலைவரைக் கண்ட தோழர்கள் அவரைப் பெரும் ஆரவாரத்துடன் வாழ்த்தினர்.

ஜோஷி தனது இறுதி நாட்களை ஜெஎன்யூவில் கழித்தார். தன்னைப் பார்க்க வந்தவர்களை அன்புடன் வரவேற்றார். அவரது அரசியல் எதிர்ப்பாளர்கள் கூட அவரது மனிதாபிமானப் பண்பை, கொள்கைப் பிடிப்பைப் போற்றினர்.

1980 நவம்பர் 9 அன்று தனது 73வது வயதில் ஜோஷி இயற்கையெய்தினார். அவர் துவக்கிய பல கற்பனை வளம் மிக்க கனவுகள் முடிக்கப்படாத காவியமாக நிற்கின்றன.

இந்தியக் கம்யூனிஸ்ட்டு இயக்கத்தின் முழுமையான வரலாற்றைத் திரட்டி எழுத வேண்டுமென்ற அவரது ஆய்வு முடிக்கப்படாமல் நிற்கிறது.

மூத்த கம்யூனிஸ்ட்டு அறிஞர்கள் ஓய்வெடுக்கவும், சிந்திக்கவுமான அமைதியான அல்மோரா சோசலிஸ்ட் ஆசிரமம் கனவு மாளிகையாகவே நிற்கிறது.

கலைஞர்களை, எழுத்தாளர்களை, கவிஞர்களை மதவாதத் திற்கு எதிரான கலை வீரர்களாக்கத் துவங்கிய இப்டா தொடர முடியாத காவியமாக நின்று போயுள்ளது.

மதசார்பற்ற, ஜனநாயக சக்திகளின் ஒன்றுபட்ட, கூட்டணி யால் வலதுசாரி மதவெறியர்கள் தோற்கடிக்கப்பட வேண்டுமென்ற ஆசை நிறைவேறாக் கனவாக நிற்கிறது.

நிறைவேறாத இக்கனவுகளை யார் நிறைவேற்றப் போகிறார்கள்? எப்போது நிறைவேறும் என்ற எதிர்பார்ப்புடன் ஜோஷியின் சிரித்த முகம் நம்முன் கேள்வி கேட்டபடி நிற்கிறது.